AF518814

## രാജൻ കരുവാരക്കുണ്ട്

1963ൽ മലപ്പുറം ജില്ലയിലെ കരുവാരക്കുണ്ട് മുറംകീറിയിൽ ജനനം. കരുവാരക്കുണ്ട് ജി.എച്ച്.എസ്.എസ്., എം.ഇ.എസ്. മമ്പാട് കോളേജ്, കാലിക്കറ്റ് യൂണിവേഴ്സിറ്റി എന്നിവിടങ്ങളിൽ വിദ്യാഭ്യാസം. മലയാള സാഹിത്യത്തിൽ എം.എ ബി.എഡ്. സെറ്റ് ബിരുദം. കരുവാരക്കുണ്ട് ഗവ. ഹൈസ്കൂളിൽ 25 വർഷമായി ജോലി ചെയ്യുന്നു. ആൽമരത്തിലെ ചുടുകാറ്റ്, കാലപ്പകർച്ച, വിനിമയം, അനാമി (നോവൽ), ആരോ ഒരാൾ, മിയാമ, ആഗ്നസിന്റെ പ്രഭാതങ്ങൾ (കഥാസമാഹാരം), തണൽമരങ്ങൾ, സ്നേഹച്ചെപ്പ്, നക്ഷത്രക്കണ്ണുകൾ, ഉത്സവകാലം, ഉണ്ണി, വെളുത്ത പൂക്കളുടെ അമ്മ (ബാലസാഹിത്യം), സി. രാധാകൃഷ്ണൻ ജീവിതവും ദർശനവും ( പഠനം മുഖാമുഖം), നാട്ടുപച്ച, മുദ്രാക്ഷരങ്ങൾ (ഡോക്യുമെന്ററി സിനിമ) എന്നിവ പ്രധാന കൃതികൾ. ദല കൊച്ചുബാവ ചെറുകഥ പുരസ്കാരം, അധ്യാപക കലാസാഹിത്യസമിതി സംസ്ഥാന ചെറുകഥ പുരസ്കാരം, രചന സുരേന്ദ്രൻ സ്മാരക ചെറുകഥ അവാർഡ്, നന്തനാർ നോവൽ പുരസ്കാരം, ഭാരതീയ ദളിത് സാഹിത്യ അക്കാദമി ഡോക്ടർ അംബേദ്കർ ദേശീയ പുരസ്കാരം (നോവൽ വിനിമയം), അധ്യാപക കലാവേദി ബാലസാഹിത്യ പുരസ്കാരം, പ്രൊഫ. ജോസഫ് മുണ്ടശ്ശേരി സ്മാരക സാഹിത്യ അവാർഡ് (കേരള സർക്കാർ)

പിതാവ്: താളികുളത്ത് നാരായണൻ നായർ, മാതാവ് : പറപ്പത്തൊടി ദേവകിയമ്മ.
ഭാര്യ: മിനി കെ.എൽ. (അധ്യാപിക), മക്കൾ: നിതിൻരാജ്, അപർണരാജ്

വിലാസം: സൗപർണിക വീട്, കുട്ടത്തി പി.ഒ., കരുവാരക്കുണ്ട്, മലപ്പുറം - 676523.
Ph: 9446880575
email: rajankaruvarakkundu@gmail.com
Blog: www.malayalapacha.blogspot.com

Malayalam Language
Kunhutharakangalude Bhoomi
(Children's Literature)
by
Rajan Karuvarakkundu

♦

Published in June 2015
Second Impression August 2019
by Kairali Books Private Limited
Thalikkavu Road, Kannur.
Ph : 0497 2761200
E-Mail : Kairalibooksknr@gmail.com

♦

Cover Design & Layout
Prasanth Mangad

♦

Illustration:
Smitha K E

♦



Price ₹ : 80.00
36/15-16/Sl.No.718/1000/NS 18.6
ISBN.978-93-89250-09-1

# കുഞ്ഞുതാരകങ്ങളുടെ ഭൂമി

രാജൻ കരുവാരക്കുണ്ട്

കൈരളി ബുക്സ്

# ക്രിസ്മസ് അപ്പൂപ്പൻ

“**ദേ**, അമ്മച്ചീ നോക്കിയേ. എത്ര വലിയ മതിലാ കെട്ടണ്!” സന്ധ്യമോൾ പുസ്തകസഞ്ചി ബഞ്ചിലേക്കുവച്ച് അമ്മച്ചിയെ വിളിച്ചു. പഴയ വഴികളൊക്കെ അടച്ച് മതിലു പൊങ്ങുന്നു. അവൾ അത്ഭുതത്തോടെ നോക്കിനിന്നു. സുന്ദരേട്ടന്റെ വീട്ടിൽ കളിക്കാൻ പോണെങ്കിൽ എത്ര ചുറ്റണം.

“ഒന്നു മിണ്ടാണ്ടിരി കൊച്ചേ”. ആവി പാറുന്ന ചായ ഒഴിച്ചുകൊണ്ട് അമ്മച്ചി പറഞ്ഞു.

“അടുത്ത വീട്ടുകാരെ കാണാതിരിക്കാനാ, ഇങ്ങനെ മതിലുണ്ടാക്കുന്നത്?”

അമ്മച്ചി കനപ്പിച്ച് ഒന്നു നോക്കി. അവൾക്ക് മനസ്സിലായി, അടുത്ത ചോദ്യം ചോദിച്ചാൽ അടി ഉറപ്പാണെന്ന്. എന്നാലും ചോദിക്കാതിരിക്കാൻ കഴിഞ്ഞില്ല.

“അത്തിമരം നമ്മടതല്ലേ”.

“അതെ”

“അതിന്റെ ഒരുഭാഗം വെട്ടിയല്ലോ!”

“അതു വേലിക്കലല്ലേ”

“ഇനി അതും മുറിച്ചുകളയോ”

“നീ വല്ലതും വായിക്കുന്നുണ്ടോ?”

മതിലിന് തടസ്സമായിത്തീർന്ന അത്തിമരത്തിന്റെ ശിഖരങ്ങളെല്ലാം അവർ വെട്ടി താഴെയിറക്കി. ഇനി അതും മുറിക്കോ. എത്ര കാലായി അതിന്റെ ചോട്ടില് കുട്ട്യോള് കളിക്കുന്നു. അത്തിമരത്തിന്റെ വലംകൈ തന്നെയാ വെട്ടിയിരിക്കുന്നത്. അതിന് വേദനിച്ചിട്ടുണ്ടാവില്ലേ. ജീവനുള്ളതിനൊക്കെ വേദനയുണ്ടാവാതിരിക്ക്യോ. ഗോപാലൻമാഷ് പറഞ്ഞത് നമ്മളെപ്പോലെതന്ന്യാ പ്രകൃതിയിലെ ഓരോന്നും എന്നാ.

എപ്പോഴും എല്ലാവർക്കും ശുദ്ധവായുവും തണലും ഇളംകാറ്റിന്റെ തലോടലും ഊഞ്ഞാലിടാൻ കൈകളും നീട്ടിനിൽക്കുന്ന ഞങ്ങളുടെ അപ്പൂപ്പനാ അത്തിമരം. അപ്പൂപ്പന്റെ കൈകൾ അറ്റുപോയിരിക്കുന്നു. ഇനി എങ്ങനെയാ ഊഞ്ഞാലിടുക. ഇപ്പോൾ ഇലകളില്ല. ചുവടെ നല്ല തണുപ്പില്ല. സംഗീതമായി ഇളംകാറ്റ് വരുന്നില്ല. കൂടൊഴിഞ്ഞ പക്ഷികൾ ആർത്തുനിലവിളിക്കുന്നു. അണ്ണാൻകുഞ്ഞുങ്ങൾ മറ്റൊരു ശിഖരത്തിൽ പരക്കം പായുന്നു. എല്ലാവരിലുമുണ്ട് സങ്കടവും ഭീതിയും. ഒരു പക്ഷിക്കൂട് നിലത്ത് കിടപ്പുണ്ട്. നിലംപൊത്താതിരിക്കാനുള്ള വഴിയൊന്നും അറിയാതെ കരയുകയാണ് കിളികൾ.

അവൾ സങ്കടത്തോടെ വീട്ടിലേക്ക് പാഞ്ഞുചെന്നു. “ദേ, അപ്പച്ചാ, നമ്മുടെ അത്തിമരം മുറിക്ക്യോ?”

“വേലിക്കരികിലല്ലേ മോളേ, അതവര് മുറിക്കണംന്നാ പറയുന്നത്”.

“വേണ്ടപ്പച്ചാ, മുറിക്കരുത്”

‘ദേ, മോളേ നീ പറയുന്നതെല്ലാം, അപ്പച്ചൻ സാധിച്ചു തരുന്നുണ്ട്”. അപ്പച്ചൻ ഉറക്കെ ചിരിച്ചു. ചിരി ആഹ്ലാദം കൊണ്ടോ, സങ്കടംകൊണ്ടോ എന്നൊന്നും ആർക്കും തിരിച്ചറിയില്ല. അമ്മച്ചിയാ അത് ഒരിക്കൽ പറഞ്ഞത്.

ചിരിയിൽ അപ്പച്ചന്റെ കുംഭ കുലങ്ങുന്നത് കാണാനാ അവൾക്കിഷ്ടം.

കൊച്ചുകുട്ടിയായിരുന്നപ്പോ അപ്പച്ചന്റെ കുംഭയിൽ ചാടിക്കളിച്ചിരുന്നുവത്രെ. കുടവയറിൽ അഭ്യാസിയെപ്പോലെ നിൽക്കാൻ പഠിക്കാൻ പഠിച്ചിട്ടാ നടക്കാൻ പഠിച്ചതത്രെ. വല്ലപ്പോഴും അമ്മച്ചിയാ തുന്നൽമിഷ്യന്റെ ചക്രം പിടിച്ചുനിർത്തി തമാശക്ക് കോപ്പുകൂട്ടുക.

കൂട്ടുകാരാരും വന്നില്ല. വെറുതെ ഓടിച്ചാടി നടക്കുമ്പോഴാണ് തോന്നിയത്, ഒരു പെൻസിലെടുത്ത് കുത്തിവരയ്ക്കാന്ന്. കുത്തിവരച്ചില്ല. തുന്നൽമിഷ്യന്റെ സൂചിയിൽ പെൻസിൽ വച്ചുനോക്കി. സൂചി ചെറിയ ശബ്ദത്തിൽ പൊട്ടി. പുറത്തുവീണു, അപ്പോൾത്തന്നെ വലിയ ശബ്ദത്തിൽ അമ്മയുടെ സമ്മാനം.

“എന്റെ കർത്താവേ, ഞാനിവളെക്കൊണ്ട് പൊറുതിമുട്ടി”

അമ്മച്ചി തലയിൽ കൈവച്ചു. പിന്നെ വലിച്ചോണ്ട് പുറത്തേക്കിറങ്ങി. അമ്മച്ചിയുടെ കണ്ണും മുഖവും ശരിക്കും തെക്കേലെ ഭ്രാന്തിത്തള്ളയെപ്പോലെയുണ്ടായിരുന്നു. നാണേച്ചട്ടന്റെ അമ്മ അതുകണ്ടു. പെട്ടെന്ന് അമ്മച്ചിയുടെ ഭാവം മാറി.

“എന്നതാ റോസമ്മേ അവളൊരു കൊച്ചല്ല്യോ”.

മുത്തശ്ശി മുറുക്കിച്ചുവപ്പിച്ചതെല്ലാം മുറ്റത്തു തുപ്പി. അമ്മച്ചി ഒന്നടങ്ങി. കലിയെല്ലാം അടങ്ങി. മുത്തശ്ശിയോട് പരിഭവിച്ചു. നാണേച്ചട്ടന്റമ്മെ എല്ലാവരും മുത്തശ്ശിന്നാ വിളിക്കുന്നത്. അത്തിമരത്തെപ്പോലെത്തന്നെ കുട്ടികൾക്കെല്ലാം താങ്ങുംതണലുമായിരുന്നു മുത്തശ്ശി. മതിലുപൊങ്ങിയാൽ മുത്തശ്ശീടെ വീട്ടിലും എളുപ്പം എത്തിപ്പെടില്ല.

മുത്തശ്ശി പഴയ മുണ്ട് പിഞ്ഞിക്കീറിയതെല്ലാം തുന്നിപ്പിടിപ്പിക്കാൻ വന്നതായിരുന്നു. പുറത്തിറങ്ങി അവളുടെ താടിയിൽ പിടിച്ച് കിന്നരിച്ച് മുത്തശ്ശി പറഞ്ഞു.

"കുട്ട്യോളാവുമ്പോ ഇത്തിരി വികൃതിയൊക്കെ വേണം റോസമ്മേ"

മുത്തശ്ശി അവൾക്കൊരു ഉപദേശവും കൊടുത്താ പോയത്. അതിരാവിലെ പുസ്തകങ്ങളൊക്കെ അടുക്കി വയ്ക്കുമ്പോഴാ അവളോർത്തത്. ഇന്നുപോയാൽ അപ്പച്ചനിനി ഒരാഴ്ച കഴിഞ്ഞേ തിരിച്ചെത്തൂന്ന്.

അടുത്ത ആഴ്ച ക്രിസ്മസായി.

കാത്തിരുന്ന തിരുപ്പിറവിദിനം ഇതാ അടുത്തെത്തിയിരിക്കുന്നു.

പുൽക്കൂടുണ്ടാക്കണം. തിളങ്ങുന്ന നക്ഷത്രങ്ങൾ വാങ്ങണം. വീട്ടിൽ എവിടെയൊക്കെ നക്ഷത്രങ്ങൾ തൂക്കണമെന്ന് അമ്മച്ചിയുമായി തർക്കിക്കുമ്പഴാ അകത്തെ മുറിയിൽ സാന്താക്ലോസ് പ്രത്യക്ഷപ്പെട്ടത്.

അപ്പച്ചൻ ക്രിസ്മസ് അപ്പൂപ്പന്റെ വേഷം കെട്ടി കണ്ണാടിക്ക് മുന്നിൽ നിന്നപ്പോൾ അമ്മച്ചി പറഞ്ഞു.

"നന്നായിരിക്കുന്നു ചേട്ടാ"

"ഒരു വടി വേണ്ടേ?"

"അതെന്റെ ഷോപ്പിലുണ്ട് പൊന്നേ".

അവൾ അപ്പച്ചനെത്തന്നെ നോക്കിനിന്നു. കുടവയറ് വേഷത്തെ എത്ര രസമാക്കിയിരിക്കുന്നു.

അവൾ പറഞ്ഞു.

"എന്തുരസം. ഒന്നു ചുവടുവച്ചേ"

"കൊച്ചേ, നേരമില്ല". ധൃതിയിൽ വസ്ത്രങ്ങൾ മടക്കി പ്ലാസ്റ്റിക് ബാഗിലാക്കി. പിന്നെ അമ്മച്ചിയോടെന്തോ പറഞ്ഞു. അവളെ വാരിയെടുത്തുമ്മ വച്ചു. "മോൾക്ക്

വേണ്ടതൊക്കെ പറഞ്ഞേ"

"പുൽക്കൂടിനുള്ള സാധനങ്ങൾ, പുത്തനുടുപ്പ്, നക്ഷത്രങ്ങൾ.

ക്രിസ്മസ് ഫ്രണ്ടിനുള്ള സമ്മാനം...

"അപ്പച്ചാ"

"എന്നതാ"

"എനിക്കു തോന്നുവാ. ഇതിലേറെ രസം മാവേലീടെ വേഷംകെട്ടുമ്പോഴാണ്. ഇനി അപ്പച്ചനെന്നാ മാവേലീടെ വേഷം കെട്ടുന്നേ?"

"അത് ഓണക്കാലത്തല്ലേ മോളേ"

"അതെന്നാ"

"അതൊന്നും അപ്പച്ചന് കൃത്യമായി അറിഞ്ഞൂടാ. കമ്പനി ഓരോ വേഷം കെട്ടിയാടാൻ പറയുന്നു. അപ്പച്ചൻ അനുസരിക്കുന്നു". അപ്പച്ചന്റെ കണ്ണു നിറഞ്ഞു. അവളറിയാതെ അപ്പച്ചൻ കണ്ണുകളൊപ്പി.

"അപ്പച്ചൻ എല്ലാ മതക്കാരുടെയും വേഷല്യോ കെട്ടുന്നേ?"

"മതമേതായാലും പൊന്നേ മനുഷ്യൻ നന്നായാൽ മതി".

ശ്രീനാരായണഗുരുവിനെക്കുറിച്ച് പറഞ്ഞുതുടങ്ങിയപ്പോൾ അവൾ ഇടയ്ക്ക് ചോദിച്ചു.

"അപ്പച്ചൻ എല്ലാ മതങ്ങളുടെയും പ്രചാരകനാ".

"കർത്താവേ, അപ്പച്ചനിപ്പോ പറഞ്ഞുനിക്കാൻ നേരമില്ലായേ..."

അയാൾ അമ്മയോടും മകളോടും യാത്രപറഞ്ഞിറങ്ങി.

വേഷങ്ങൾക്കുള്ള ഉടയാടകൾ നിറച്ച ബാഗ് തോളിലേക്ക് തൂക്കിയിട്ടു. അപ്പോൾ അതാ കിടക്കുന്നു സാന്താക്ലോസിന്റെ തൊപ്പി നിലത്ത്. ബാഗ് വാപൊളിച്ചിരിക്കു

ന്നു. അയാൾ തൊപ്പി ബാഗിനുള്ളിൽ തിരുകി പുറമെ പ്ലാസ്റ്റിക് നൂലുകൊണ്ട് ബാഗ് വരിഞ്ഞുമുറുക്കി തോളിലെടുത്തുവെച്ച് അതിവേഗം നടന്നു.

അവർ അപ്പച്ഛന്റെ കൂടെ പടിക്കലോളം നടന്ന് അത്തിമരച്ചോട്ടിലെത്തി. മതിലുകൾക്കപ്പുറത്ത് അപ്പച്ഛൻ മായും വരെ നോക്കിനിന്നു.

അത്തിമരത്തിന് മുകളിൽ സൂര്യൻ തെളിഞ്ഞു. സ്കൂളിൽ പോകാനിരിക്കുന്നു. അവൾ സങ്കടത്തോടെ അമ്മച്ചിയോട് പറഞ്ഞു.

"യൂനിഫോം ഉണങ്ങിയിട്ടില്ല"

"ഞാനിന്ന് പോണോ?"

"വേണം"

ദേ, യൂമിഫോമില്ലാത്തവരെ അസംബ്ലി കഴിഞ്ഞാൽ വെയിലത്തുനിർത്തും. ഹെഡ്മിസ്ട്രസ് ചൂരൽകഷായം തരും.

"എന്നാലും പോകണം മോളേ"

അവൾ കരയാൻ തുടങ്ങി.

"ഇനി അപ്പച്ഛൻ വരട്ടെ"

"വേണ്ട" അവൾ തേങ്ങി.

"എന്നാൽ ഞാനും വരാം, നിന്റെ കൂടെ".

അമ്മച്ചി അവളെ സമാധാനിപ്പിച്ചു. "പുതിയ ഡ്രസ്സിന് ഒന്നോ രണ്ടോ മതിയോ രൂപ. അഞ്ഞൂറ് വേണ്ടായോ? ഞാൻ വന്ന് പറയാം. കർത്താവ് കനിയാതിരിക്ക്യോ മോളേ, നമ്മുടെ കഷ്ടപ്പാടുകളെല്ലാം ഒരിക്കൽ മാററിത്തരാതിരിക്കുമോ?"

അമ്മച്ചി അവളുടെ മുടി ചീകിയൊതുക്കി മുഖം തുടച്ച് കണ്ണെഴുതി പൊട്ടു ചാർത്തി. അവൾ മാമോദീസക്ക് അപ്പച്ഛന്റെ ആദ്യത്തെ കടയിലെ മാനേജർ കൊടുത്ത

സിൽക്കിന്റെ വെളുത്ത പാവാടയും ജമ്പറും ധരിച്ചു. എന്നാ, മോളെ കാണാൻ എന്തുരസമെന്ന് അമ്മച്ചി പറഞ്ഞു. അത് ഒന്നുകൂടി ഉറപ്പുവരുത്താൻ അവൾ കണ്ണാടിയുടെ മുന്നിൽപോയിനിന്നു ശരിയാ. അവൾ തുള്ളിച്ചാടി.

മാലാഖയെപ്പോലെയുണ്ട്. അവൾ വിചാരിച്ചു, അമ്മച്ചി വരുന്നതിൽ അവൾക്കേറെ സന്തോഷമായി. ഇനി ആരെയും പേടിക്കേണ്ടല്ലോ. അവൾ അമ്മച്ചിയുടെ കൈപിടിച്ച് കുട ചൂടിയിറങ്ങുമ്പോൾ ആദ്യദിവസം ഒന്നാം ക്ലാസിലേക്ക് പോയ ഓർമ. ഒത്തിരി ഓർമകളിലൂടെ അവർ ക്രിസ്മസ് വിശേഷങ്ങളിലെത്തി. ആഘോഷത്തിന് വേണ്ട സാധനങ്ങളുടെ പട്ടിക നിരത്തിയപ്പോൾ അമ്മച്ചി പറഞ്ഞു.

“കർത്താവ് കനിയട്ടെ. നമ്മളെക്കൊണ്ട് ആവുന്നതൊക്കെ ചെയ്യാം മോളേ”.

# ക്രിസ്മസ് ഫ്രൻഡ്

**വ**ലിയ ഭാണ്ഡക്കെട്ടുപോലെ മുതുകിൽ തൂങ്ങിക്കിടന്ന ബാഗ് താഴെയിറക്കി അവൾ സ്കൂൾ ഗേറ്റ് തുറന്നു. ഗേറ്റി നടുത്ത് മനോഹരമായ ഒരു കുരിശുപള്ളിയുണ്ട്. സദാസമ യവും അവിടെ മെഴുകുതിരി കത്തുന്നത് അവൾ ശ്രദ്ധിച്ചി രുന്നു. കുട്ടികളും മുതിർന്നവരും ഒരുപോലെ പ്രാർഥനാനി രതനായി നിൽക്കുന്നതുകാണാം. ആരോ കത്തിച്ചുവെച്ച മെഴുകുതിരികൾ യേശുവിന്റെ ക്രൂശിതരൂപത്തിനു ചുറ്റും പ്രകാശവലയം തീർത്തിരിക്കുന്നു. നിരനിരയായി മെഴുകു തിരി ഉരുകിയൊലിച്ച് പ്രാർഥനയുടെ ഭാഗമായി തീരുന്നു.

ദൂരെ ഓഫീസ് വരാന്തയിൽ ആനിമിസ്സ് ചൂരൽവടിയു മായി നിൽപ്പുണ്ട്. കുരിശുവരച്ച് അവൾ അമ്മച്ചിയെ ചേർത്തുപിടിച്ച് പറഞ്ഞു. “അതാ, ആനിമിസ്സ്, എനിക്ക് പേടിയാവുന്നു”.

“ഞാനില്ലേ മോളെ കൂടെ”.

അവളുടെ ക്ലാസ്ടീച്ചർ ആനി മിസ്സാണ്. ഒന്നിനും ഒരു വിട്ടുവീഴ്ചയുമില്ലാത്ത പ്രകൃതം. തെറ്റുകണ്ടാൽ മിസ്സ് കഠിനമായ ശിക്ഷ നൽകും. പിന്നെ സ്നേഹത്തോടെ ഉപദേശിക്കും. അതുകൊണ്ട് പേടിയുണ്ടെങ്കിലും ഉള്ളിന്റെ യുള്ളിൽ ആനിമിസ്സിനോട് അവൾക്ക് ആരാധനയാണ്.

സ്കൂളിലെ കോമ്പൗണ്ടിലുള്ള എല്ലാ ചെടികളിലും പുതിയ നക്ഷത്രങ്ങൾ പിറന്നു. മുറ്റത്തെ ബദാംമരങ്ങൾക്കു ചുറ്റും കുട്ടികൾ ക്രിസ്മസ് ട്രീ ഒരുക്കുന്ന ആഹ്ലാദത്തിലാണ്. എവിടെയും തിരുപ്പിറവി ആഘോഷത്തിന്റെ ആരവം ഉണർന്നു.

ഓഫീസ് വരാന്തയിൽ മണിമുഴങ്ങി. കുട്ടികളെല്ലാം പൊടുന്നനെ ചിന്നിച്ചിതറി പ്രത്യേക താളത്തിൽ ചിട്ടയോടെ വരിവരിയായി ക്ലാസ്മുറികളിലെത്തി. ഹാജർ പുസ്തകവും ചൂരൽവടിയും ഡസ്റ്ററും മേശപ്പുറത്തുവെച്ച് ആനിമിസ്സ് വരാന്തയിലേക്ക് വന്ന് അമ്മച്ചിയെ വിളിച്ചുചോദിച്ചു.

"എന്നതാ സന്ധ്യമോൾ ഈ വേഷത്തിൽ?"

"എന്റെ മാതാവേ, അതു പറയുവാ, യൂണിഫോം ഞാൻ തന്നെയാ ഓർക്കാതെ നനച്ചിട്ടത്. ഉണങ്ങീട്ടില്ല അപ്പച്ചൻ വരട്ടെ, ഒരു ജോഡികൂടി എടുത്തോളാം". അമ്മച്ചി വിനീതനായി.

ഞാൻ എച്ചെമ്മിനോടൊന്ന് സംസാരിക്കട്ടെ.

ആനിമിസ്സ് സ്വസ്ഥതയില്ലാതെ എന്തെല്ലാമോ പിറുപിറുത്ത് അവരെയുംകൊണ്ട് ഹെഡ്മിസ്ട്രസിന്റെ മുറിയിലേക്ക് നടന്നു.

സിസ്റ്റർ സൂസന്ന കണ്ണടയ്ക്ക് മുകളിലൂടെ അവരെയൊന്നുനോക്കി. അവളുടെ ഉള്ളു നടുങ്ങി. കാൽമുട്ടുകൾ വിറച്ചു. ധൈര്യം സംഭരിച്ച് അവൾ നിന്നു.

അമ്മച്ചിയെ ഹെഡ്മിസ്ട്രസ് കസേരയിലേക്കിരുത്തി. പഠനം മെച്ചപ്പെടുത്താനുള്ള വഴികളും കുട്ടികളെ വളർത്തേണ്ട രീതിയെപ്പറ്റിയും കുറഞ്ഞ വാക്കുകളിലൂടെ ഒരു പ്രസംഗംതന്നെ നടത്തി. കണ്ണടയെടുത്ത് മേശപ്പുറത്തുവെച്ച് ആനിമിസ്സിനെ വിളിച്ചുപറഞ്ഞു.

"ആനി, ഒരാളുടെ എണ്ണം കുറഞ്ഞാ ചിലപ്പോൾ പോസ്റ്റ് പോവാനിടയുണ്ട്. സാമ്പത്തികമായി വലിയ ബാധ്യതയാ

യൂണിഫോം എടുത്തുകൊടുക്കുക എന്നൊക്കെ പറഞ്ഞാ. എല്ലാവരും സഹകരിച്ചോണം എന്ന് മറ്റു സ്റ്റാഫിനോടെല്ലാം പറഞ്ഞേരെ".

സന്ധ്യമോൾക്ക് അവരുടെ സംസാരം മനസ്സിലായില്ല. ആദരവോടെ ആനിമിസ്സ് പറഞ്ഞതെല്ലാം കേട്ടു നിൽക്കുന്നു. കുറച്ചുസമയം കഴിഞ്ഞ് അവരും പുറത്തിറങ്ങി. അമ്മച്ചിയെ യാത്രയാക്കി വളരെ സന്തോഷത്തോടെ അവൾ ക്ലാസ്മുറിയിലേക്ക് നടന്നു. മുറ്റത്തെ ബദാം മരച്ചുവട്ടിലെത്തിയ തണുത്ത കാറ്റിനൊപ്പം അവളും കൂട്ടുകൂടി. ഒരു മാലാഖക്കുഞ്ഞിനെപ്പോലെ വെളുത്ത ഉടുപ്പ് കാറ്റിൽ പറത്തി അവൾ ക്ലാസ്മുറിക്ക് മുന്നിലേക്കൊഴുകി.

"മേ ഐ കമിങ്ങ് സർ"

"യേസ്, ഗെറ്റിൻ"

വെളുത്ത മാലാഖക്കുഞ്ഞിനെക്കണ്ട് അവർ വിസ്മയം പൂണ്ടു. മിസ് ഒന്നും പറയാത്തതിലെ അത്ഭുതം മുഖങ്ങളിൽ തെളിഞ്ഞു. രണ്ടാമത്തെ ബഞ്ചിന്റെ അറ്റത്ത് ഉടുപ്പിനെ നോവിക്കാതെ വളരെ ശ്രദ്ധയോടെ അവളിരുന്നു.

"ആരും മുഖത്തോടു മുഖം നോക്കണ്ട".

"ഹെഡ്മിസ്ട്രസ് ഇന്നൊരു ഇളവുകൊടുത്തതാ".

"യെസ്" ആനിമിസ്സ് ചൂരലെടുത്ത് മേശപ്പുറത്ത് ശക്തിയായി രണ്ടു പൊട്ടിക്കൽ. അടിയുടെ ശബ്ദത്തിൽ ക്ലാസ്മുറി നിശ്ശബ്ദമായി. എല്ലാ കണ്ണുകളും ടീച്ചറുടെ മുഖത്തെത്തി. ടീച്ചർ ഗൗരവമുള്ള എന്തോ കാര്യം അവതരിപ്പിക്കാൻ പോവുന്നു. മേശപ്പുറത്തുള്ള ചൂരൽ പ്രയോഗത്തിന്റെ സൂചന അതാവുമെന്ന് കുട്ടികൾക്കറിയാം. അങ്ങനെയേ എപ്പോഴും സംഭവിച്ചിട്ടുള്ളൂ.

പെട്ടെന്ന് നിലാവുദിച്ചതുപോലെ ടീച്ചറുടെ മുഖത്ത് പുഞ്ചിരി പടർന്നു. മാറത്ത് ഞാന്നു കിടക്കുന്ന കുരിശു

മാലയിൽ പകൽ വെളിച്ചം മിന്നി. ഒരു സ്വകാര്യംപോലെ ക്ലാസിന് നടുവിലേക്ക് വന്ന് പറഞ്ഞു.

"നോക്കിയേ, ക്രിസ്മസ് അടുത്തുവന്നില്ലേ".

"യെസ് മിസ്..."

ക്ലാസിലെ എല്ലാ കണ്ണുകളും വിടർന്നു.

"നമുക്ക് ക്രിസ്മസ് ഫ്രൻഡിനെ തിരഞ്ഞെടുക്കണ്ടേ...?"

"ഞങ്ങളെന്നേ റെഡിയാ" കുട്ടികൾ കൂട്ടത്തോടെ പറഞ്ഞു.

"എന്നാൽ വൈകിക്കേണ്ട"

നേരത്തെ തയ്യാറാക്കിയ പ്ലാസ്റ്റിക് പെട്ടിയിൽ ഓരോ നറുക്കുകളും വളരെ ശ്രദ്ധയോടെ ടീച്ചർ എണ്ണി അടുക്കിക്കൊണ്ടിരുന്നു.

"യേസ്, നറുക്ക് തുടങ്ങാം".

നറുക്കുകൾ ഓരോന്നായി വീണു.

ചിലർ ആഹ്ലാദത്തോടെ കൈപൊക്കി. ചിലർ മൗനത്തിലേക്ക് പോയി. നിമിഷങ്ങൾ ഓരോന്നും അതീവശ്രദ്ധയോടെ കടന്നുപോയി. ഓരോരുത്തർക്കും ഓരോ ക്രിസ്മസ് ഫ്രൻഡിനെ കിട്ടിയ സന്തോഷം. ക്ലാസിൽ ആർപ്പുവിളി. പൊട്ടിച്ചിരി. ഒരു കമ്പിത്തിരി കത്തിച്ചുവച്ചതുപോലെ അതങ്ങനെ നിന്നു.

സന്ധ്യമോൾക്ക് കിട്ടിയത് ബാബുവിനെയാണ്. വർണലാവണ്യയുടെ ഉടമയാണ് അവന്റെ അച്ഛൻ. പട്ടണത്തിലെ ഏറ്റവും വലിയ സ്വർണക്കടയാണ് വർണലാവണ്യ. സന്ധ്യമോൾ ദൂരെനിന്ന് കടനോക്കിനിന്നിട്ടുണ്ട്. ആ കടയുടെ മുന്നിൽ പള്ളിപ്പെരുന്നാളിന് കണ്ട റോബോട്ടിനെ ഗോപു മറന്നിട്ടില്ല. ഒരു പിരിയേഡ് കഴിഞ്ഞ് പുറത്തുവിട്ടപ്പോൾ വർണലാവണ്യയിലെ പുതിയ ആഭരണങ്ങളുടെ ചർച്ചയായിരുന്നു എല്ലാ പെൺകുട്ടികൾക്കും.

ബാബുവിനെ എല്ലാവരും ബാബുക്കുട്ടാ എന്നാണ് വിളിക്കുക. ക്ലാസിലെത്തുന്ന എല്ലാ മിസ്സുമാരും അവനെ പൊന്നുപോലെ നോക്കും. മുഴുവൻ സ്നേഹവും അവനിൽ ചൊരിയും. കഴിഞ്ഞ തവണ അവൻ ആൻസി മിസ്സിന് ഒരു പവൻ സ്വർണലോക്കറ്റാണത്രെ ക്രിസ്മസ് സമ്മാനമായി കൊടുത്തത്. "ക്രിസ്മസ് ഫ്രൻഡിന് അരപ്പവനും.

"എന്റെ കർത്താവേ, എനിക്കിനി എന്നതാ തരുമോ ആവോ". സന്ധ്യമോൾക്ക് ആകെ ഒരമ്പരപ്പ്. മിസ്സുമാരു പറഞ്ഞത് നൂറുരൂപയിൽ കൂടാത്ത സംഖ്യക്കുള്ള സമ്മാനം വാങ്ങിച്ചാ മതീന്നാ.

"എന്റെ കാര്യം കഷ്ടം. എവിടുന്നെടുക്കാനാ അപ്പച്ഛനും അമ്മച്ചിയും നൂറുരൂപ!"

എന്നതായാലും ക്രിസ്മസ് ഫ്രൻഡിനുള്ള നൂറു രൂപ ഉണ്ടാക്കിയേ പറ്റൂ. അമ്മച്ചിയോടെങ്ങനാ പറയുന്നേ. സ്കൂളിലെത്തിക്കുന്ന ഓട്ടോക്കാരന്റെ കൂലിപോലും കൊടുത്തില്ലെന്ന് പറയും. പിന്നെ തുടങ്ങും വഴക്ക്. സങ്കടങ്ങൾ. വേണ്ട, ഒന്നും വേണ്ട, അപ്പച്ഛനോടു തന്നെ ചോദിക്കാം.

അമ്മച്ചി പറയുന്നതും നേരാന്നേ, ഓട്ടോക്കാരന് മാസാമാസം കൃത്യമായിട്ടൊന്നും അമ്മച്ചി വാടക കൊടുക്കാറില്ല. മിഷ്യൻ ചവിട്ടിയിട്ടൊന്നും ഒന്നിനും എത്തുന്നില്ല. കടങ്ങളൊക്കെ ബാക്കിയാവുന്നു. അപ്പച്ഛൻ അയക്കുന്നതുകൊണ്ട് കഷ്ടി അരിയും സാധനങ്ങളും വാങ്ങാനേ തികയത്തുള്ളൂന്നാ അമ്മച്ചി പറഞ്ഞേ. ആർക്കെങ്കിലും ഒന്ന് പനിച്ചാൽ നെടുവീർപ്പോടെ അമ്മ പറയും "കർത്താവേ, ഇനി ആരോടാ കടം ചോദിക്കുന്നേ?"

അപ്പച്ഛന് ജോലിസ്ഥലത്ത് രാവും പകലും ഒരുപോലെയാണത്രെ. അത്യാവശ്യവിവരത്തിന് അമ്മച്ചി ഒരു

മിസ്ഡ് കോൾ അയക്കും. അതിന്റെ മറുപടി ഇന്നനേരം എന്നൊന്നില്ല. എപ്പോഴും കമ്പനീല് പണിയാണത്രെ! പാവം, അമ്മച്ചി. തിരിച്ചുവിളിച്ചാലും ഇല്ലെങ്കിലും ചില നേരങ്ങളിൽ കണ്ണീരൊലിപ്പിച്ച് ഉള്ളുരുകി പ്രാർഥിക്കും. വിറയ്ക്കുന്ന ചുണ്ടിലൂടെ കവിളിലൂടെ കണ്ണീരുവീഴുമ്പോൾ അവൾക്കു സങ്കടം വരും. ആരുംകാണാതെ അവൾ അത്തിമരച്ചോട്ടിലേക്ക് പാഞ്ഞുചെല്ലും. മരത്തിലെ കിളികളോട് സങ്കടം പറയും.

ക്ലാസിൽ അവൾ ഒറ്റപ്പെടുകയായിരുന്നു. എത്ര പെട്ടെന്നാ കൂട്ടുകാരുടെ സ്വഭാവം മാറിയത്. ഒന്നിച്ചു കളിച്ചിരുന്നവരൊക്കെ അവളോട് മുഖം കനപ്പിച്ചു. മേരി ജോസഫ് തീരെ മിണ്ടാതായി. മിസ്സിനോട് പരാതി പറഞ്ഞാലോന്ന് തോന്നി. എങ്ങനെ പറയ്വാ. ഒന്നും അറിഞ്ഞുകൂടാ. ക്രിസ്മസ് ഫ്രൻഡായി എനിക്കാരെയും വേണ്ടായേ. കർത്താവേ എനിക്കാരോടും പരാതിയില്ല. എനിക്കാരെയും വെറുക്കാനില്ല.

അവളുടെ കണ്ണുനിറഞ്ഞു. ജാലകങ്ങൾക്കപ്പുറം ബദാം മരങ്ങളിൽ ആർത്തുല്ലസിക്കുന്ന കിളികളെ നോക്കിയിരുന്നു. പുറത്ത് ഉച്ചവെയിൽ മങ്ങി. മങ്ങിയ വെളിച്ചത്തിലേക്ക് സ്കൂൾ ബെല്ലിന്റെ ശബ്ദം മുഴങ്ങി. കുട്ടികൾ സ്റ്റെപ്പുകൾ ഓടിയിറങ്ങി സ്കൂൾ ബസിനടുത്ത് വരിവരിയായി നിന്നു. അവൾ ബാഗു ചുമന്ന് ഏറ്റവും പിന്നിൽ ഗേറ്റ് കടന്ന് ഓട്ടോ തിരഞ്ഞു.

# വിസ്മയലോകം

സന്ധ്യമോളുടെ വീടിന്റെ എല്ലാ പ്രവർത്തനങ്ങളും കേന്ദ്രീകരിച്ചിരിക്കുന്നത് ഒരു കൊച്ചുമുറിയിലാണ്. അവളുടെ പഠനവും അമ്മച്ചിയുടെ പഴഞ്ചൻ തയ്യൽമിഷ്യൻ പ്രവർത്തിക്കുന്നതും സാധനങ്ങൾ സൂക്ഷിക്കുന്നതും കിടന്നുറങ്ങുന്നതും ആ മുറിയിൽത്തന്നെ.

മഴക്കാലം വരുമ്പോൾ അടുക്കളയായും അമ്മച്ചി ഈ മുറിയെ മാറ്റിയെടുക്കും. ചോർന്നൊലിക്കുന്ന മഴക്കാലത്തെ അവൾക്കെന്നും പേടിയാണ്. മഴ ആർത്തിരമ്പിവരുന്നത് അവളുടെ ഉള്ളിൽ ഭീതിയായി നിറഞ്ഞുനിൽക്കുന്നു. മരം കടപുഴകി വീണതും, വീടിന്റെ മൂല കാറ്റെടുത്ത് ഒരു രാത്രി മുഴുവൻ ഉറങ്ങാതെ കിടന്നതും, അയൽപക്കത്ത് സുന്ദരേട്ടന്റെ വീട്ടിൽ രണ്ടുദിവസം നിന്നതും ആർത്തിരമ്പിയ മഴയുടെ വരവുകൊണ്ടായിരുന്നു.

തയ്യൽയന്ത്രത്തിന്റെ പരുക്കൻ ശബ്ദം ഉയരുമ്പോഴൊക്കെ അമ്മച്ചി പറയും. കർത്താവേ, അടുത്തകാലത്തൊന്നും ഇതൊന്നു മാറ്റാനൊക്കത്തില്ലേയെന്ന്. ചിലപ്പോൾ ചക്രം പിടിച്ച് നിർത്തി സൂചിയിൽ നൂലു കുടുങ്ങിയതിലുള്ള അമർഷം അവളോടാവും. തയ്യൽ നിർത്തി പുറത്തേക്കിറങ്ങും. ഇങ്ങനെയുള്ള കാഴ്ചയൊന്നുമില്ലാതെ അമ്മച്ചി ആരുടെയോ ബ്ലൗസിന്റെ തുണി ശ്രദ്ധ

യോടെ മുറിച്ചുകൊണ്ടിരിക്കുമ്പോൾ മൊബൈൽ ഫോൺ വന്നു.

അമ്മച്ചിയുടെ മുഖത്ത് ആഹ്ലാദം തിരതല്ലി.

"അപ്പച്ചനാവും"

വളരെ പെട്ടെന്ന് ഫോൺ നിശ്ചലമായപ്പോൾ അവൾ അമ്മച്ചിയുടെ നൈറ്റിയിൽ തൂങ്ങിപ്പിടിച്ച് ചോദിച്ചു.

"എന്നതാ പറഞ്ഞേ?"

"കുന്തം"

അവൾ പിന്നീടൊന്നും പറഞ്ഞില്ല. ഒന്നും ചോദിച്ചില്ല. കമ്പനി ലീവുകൊടുക്കില്ലെന്ന് പറഞ്ഞു. അമ്മച്ചി സങ്കടത്തോടെ തയ്യൽ മിഷ്യൻ ചലിപ്പിക്കാൻ തുടങ്ങി. ഒന്നിനും ഒരു തീരുമാനവും കിട്ടാത്തതിന്റെ പൊറുതികേട് അവൾക്കുണ്ടായിരുന്നു.

"ഈ അപ്പച്ചനിതെന്നാ പറ്റി?"

"ഒന്നും പറ്റിയിട്ടില്ല മോളെ, അങ്ങോട്ടു ചെല്ലാൻ".

"പോവാം അമ്മച്ചീ. ഒരു അടിപൊളി ക്രിസ്മസ് അവിടെയാഘോഷിക്കാം. പുതിയ ഉടുപ്പ്, നക്ഷത്രങ്ങൾ, പുൽക്കൂട്..."

"മതി മതി നിന്റെ പട്ടിക".

"രൂപയെത്ര വേണം അവിടെയെത്താൻ"

"അമ്മച്ചീ എന്നതായാലും ഹോട്ടലീന്നു ഭക്ഷണം കഴിക്കണം. ഞങ്ങടെ ക്ലാസിലെ കുട്ടികളൊക്കെ ടൗണിപ്പോയി ഹോട്ടലീന്നു ഭക്ഷണവും കഴിച്ച് കാറിന്നാ പോരുന്നേ"

റോസമ്മ മിഷ്യന്റെ ചക്രത്തിൽ കൈപിടിച്ചു. മുറിയിലെ കടകടാ ശബ്ദം നിശ്ചലമായി. മുഖം കനപ്പിച്ച് അവളെ ഒന്നുനോക്കി.

"എന്നതാ വേണ്ടത്?"

"ഒന്നും വേണ്ടായേ"

അവൾ ഓടിച്ചാടി പുറത്തിറങ്ങി. റോസമ്മ ബെഡ്ഷീറ്റെടുത്ത് മിഷ്യനെ മൂടി. അകത്ത് കബോഡിനുള്ളിൽ സൂക്ഷിച്ചുവെച്ചിരുന്ന ഹുണ്ടികപ്പാത്രം എടുത്തു. പൂർണ മനസ്സോടെയല്ല അതെടുത്തത്. അത്യാവശ്യം വരുമ്പോ എടുക്കാമെന്ന് വിചാരിച്ചതാ. ഇതിലേറെ അത്യാവശ്യങ്ങൾ ഇനി ഉണ്ടാവാതിരിക്കില്ലെന്നറിയാം. ഹുണ്ടികപാത്രം വളരെ ശ്രദ്ധയോടെ പൊട്ടിച്ചു. ചില്ലറത്തുട്ടുകൾ ചിലമ്പിച്ച ശബ്ദത്തോടെ മുറിയിൽ ചിതറി.

സന്ധ്യമോൾ ആ സമയം അവിടെ ഓടിയെത്തി. കട്ടിലിന്റെ ചുവട്ടിൽ വീണ ചില്ലറത്തുട്ടുകൾ വാരിയെടുത്ത് അവൾ പറഞ്ഞു.

“അമ്മച്ചീ, എത്രയാ പണം, നമുക്കീ വീട് വാർക്ക കെട്ടിടമാക്കാം”

“ദേണ്ടെ, മിണ്ടാതിരി കൊച്ചേ”

അമ്മച്ചിയുടെ മുഖം ചുവന്നു. കണ്ണുകളിൽ തീക്കാറ്റു പാറി. വീട് പിന്നെയും ഏറെനേരം നിശ്ശബ്ദമായി. അമ്മച്ചി ചില്ലറത്തുട്ടുകൾ എണ്ണിത്തിട്ടപ്പെടുത്തി തൂവാലയിൽ പൊതിഞ്ഞ് ഹാൻഡ്ബാഗിൽ സൂക്ഷിച്ചു. മൊത്തം ഇരുന്നൂറ്റി ഇരുപത്തിയാറ്. മോളുടെ കൊച്ചുകൊച്ചു മോഹങ്ങൾക്കൊക്കെ കഷ്ടിച്ചു തികയുമെന്നു തോന്നി.

അമ്മച്ചി ഓരോന്നും എണ്ണിപ്പെറുക്കി കണക്കുകൂട്ടി. കൈവിരലുകൾ നിവർത്തിയും മടക്കിയും സംശയിച്ചു നിന്ന് വാതിൽ പൂട്ടി. പുറത്തെ ബക്കറ്റ് ഇറയിലേക്കുവച്ച് ചുറ്റും നോക്കി. ഇല്ല ഇനി ഒന്നും എടുത്തുവെക്കാനില്ല. അത്തിമരച്ചോട്ടിൽ നിറയെ പഴുത്ത ഇലകൾ. പക്ഷികളുടെ ആരവം. മതിലിനപ്പുറത്ത് ഏതോ വാഹനം ഇരമ്പിപ്പാഞ്ഞു. തണുത്ത കാറ്റുവന്നു. അത്തിമരത്തിലെ ശേഷിച്ച ഭാഗം കാറ്റിനെ അറിഞ്ഞില്ല. മൊട്ടയായ മരക്കൊമ്പിൽ കയറിയിരുന്നു ചിലയ്ക്കുന്ന അണ്ണാനെ

നോക്കിയപ്പോൾ അമ്മച്ചി ചെവിക്കുപിടിച്ചു.

"എന്നതാ നോക്കുന്നേ, വണ്ടി ഇപ്പോ വരുവേ".

"ഇനി അത്തിമരത്തിലെ നമ്മുടെ പറമ്പിലേക്കുള്ള ഇലകളും വെട്ടിച്ചാടിക്ക്യോ".

"ഇല്ല മോളേ, അപ്പൂപ്പന്മാരുടെ കാലത്തുള്ളതല്ലേ"

"നമ്മളായിട്ട് ഒന്നും ചെയ്യില്ല".

അവർ ബസ്റ്റോപ്പിലേക്ക് നടന്നു. ആളുകളെ കുത്തിനിറച്ചുവന്ന ബസ് അവർക്ക് മുന്നിൽ കിതച്ചു. വളരെ പ്രയാസപ്പെട്ട് അവർ അതിനുള്ളിൽ കയറിക്കൂടി. വാഹനം പതുക്കെ നീങ്ങി. എവിടെയൊക്കെയോ നിർത്തി. ആളുകൾ കയറിയിറങ്ങി. ബസ്സിലെ തിരക്കുകുറഞ്ഞു. അവൾക്കും അമ്മച്ചിക്കും ഒരേ സീറ്റുകിട്ടി. ഒത്തിരി കാഴ്ചകൾ സമ്മാനിച്ച് ബസ് പട്ടണത്തിലെത്തി. ഇരമ്പിക്കിതച്ച് വാഹനം സ്റ്റാന്റിൽ കയറി.

"എല്ലാവരും ഇറങ്ങ്വോ".

ആരോ വിളിച്ചു പറഞ്ഞു. എല്ലാവരും ബാഗും മറ്റു സാധനങ്ങളുമെടുത്ത് പുറത്തിറങ്ങി.

മഹാനഗരത്തെ അവൾ അത്ഭുതത്തോടെ നോക്കി. സ്റ്റാന്റിൽ അനവധി ബസുകൾ. എണ്ണിയാലൊടുങ്ങാത്ത യാത്രക്കാരുടെ ബഹളം. എല്ലാവരും തിരക്കുപിടിച്ചോടുന്നു. ആരും ആരെയും കാണുന്നില്ല. കേൾക്കുന്നില്ല. ധൃതിപിടിച്ച് പായുന്ന മനുഷ്യർ.

ആകാശം മുട്ടുംവരെ ഉയർന്നുനിൽക്കുന്ന കെട്ടിടങ്ങൾ കൗതുകത്തോടെ നോക്കിനിന്നു. ഓരോ നിലകളും എണ്ണി. പകുതിയാവുമ്പോഴേക്ക് കണക്കുകൾ തെറ്റുന്നു. അതിനുമുകളിൽ ചിലരെ കാണാനുണ്ട്. കുട്ടി മനുഷ്യർ. അവിടെ എവിടെയാണാവോ അപ്പച്ചൻ.

"അമ്മച്ചീ നമ്മളിനി എങ്ങോട്ടാ"

"അപ്പച്ചൻ വരട്ടെ"

"എപ്പഴാ വരാ"

"മിണ്ടാണ്ടിരുന്നോ"

ബസ് സ്റ്റാന്റിലെ മൂലയിൽ തൂണുംചാരി അവർ അപ്പച്ഛനെ കാത്തിരുന്നു. ചുറ്റും മനുഷ്യരുടെ പ്രവാഹംതന്നെ. എല്ലാ ബസ്സിലും നിമിഷനേരംകൊണ്ട് ആളുകൾ നിറയുന്നു. അവൾ ഇത്രയധികം വാഹനങ്ങൾ കാണുന്നത് ആദ്യമായിട്ടാണ്. നിരത്തുനിറഞ്ഞ് കാറുകൾ ഒഴുകുന്നതുനോക്കി അവൾ പറഞ്ഞു. "എന്തുരസാമ്മച്ചീ"

നമുക്കും ഒരു കാറുവാങ്ങിച്ചൂടെ"

"നീ എന്നതാ കൊച്ചേ ഭ്രാന്ത് പറയുന്നേ"

അമ്മച്ചി അവളുടെ കൈപിടിച്ച് ഒരു നുള്ള്. അവളുടെ കണ്ണുനിറഞ്ഞൊഴുകി. പരിഭവത്തോടെ അവൾ പറഞ്ഞു.

"ഞാൻ വലുതായാ വാങ്ങിക്കും"

"ശരി, എന്നിട്ടുവേണം ഞങ്ങൾക്കതിൽ കയറാൻ".

"ദേണ്ടേ, ഫോൺ"

"റോസമ്മ ഫോൺ ചെവിയോടടുപ്പിച്ചു.

"എന്നതാന്നേ"

"ഓ, കടേലോട്ടോ"

"ഉവ്വ്"

മോളേ അപ്പച്ഛന് രാത്രി എട്ടുമണിവരെ ഡ്യൂട്ടിയാ. നമുക്ക് അടുത്തുകാണുന്ന കടയിലൊന്നു കയറാം. അപ്പച്ഛൻ അവിടെ നിൽക്കാനാ പറഞ്ഞേ.

തിരക്കുപിടിച്ച റോഡരികിലൂടെ അവർ ഒഴുകുകയായിരുന്നു. എല്ലാ കടകൾക്കുമുന്നിലും നക്ഷത്രങ്ങൾ തിളങ്ങി. ഇത്തരം സുന്ദരമായ കാഴ്ചകൾ ആദ്യം കാണുകയാണ്.

ഉണ്ണിയേശുവും പുൽക്കൂടും നക്ഷത്രങ്ങളും നിറഞ്ഞ തെരുവിലൂടെ വാഹനങ്ങളുടെ നീണ്ട നിര.

"നോക്കിയേ അമ്മച്ചീ" അവൾ കൈചൂണ്ടി.

APARNA

“പുൽക്കൂടുകൾ, ക്രിസ്മസ്ട്രീ, മരത്തിലെ ഇലകൾക്കൊന്നും ഒരു വാട്ടവുമില്ല”

“കൊച്ചേ, അതെല്ലാം പ്ലാസ്റ്റിക്കാ, ഒറിജിനലല്ല”.

“ഒരു വ്യത്യാസവും ഇല്ലല്ലോ അമ്മച്ചീ”

ഓരോന്ന് പറഞ്ഞ് തർക്കിച്ച് വലിയ ഷോപ്പിങ്ങ് മാളിനുമുന്നിൽ നിൽക്കുമ്പോൾ ഒരു ചേച്ചി അവളുടെ കൈപിടിച്ചു. അമ്മച്ചിയോടു സ്നേഹം പ്രകടിപ്പിച്ച് അകത്തേക്ക് സ്വീകരിച്ചു. യൂണിഫോം ധരിച്ച പാറാവുകാരനെ അവൾക്ക് പേടിയായി.

“അമ്മച്ചീ, പട്ടാളക്കാര് ഷോപ്പിലും ഉണ്ടാവുമോ?”

ഉടനെ കിട്ടി അടുത്ത നുള്ള്. ഒന്നു പുളഞ്ഞു. മിണ്ടരുത് എന്ന സൂചന. പിന്നെ ഒന്നും മിണ്ടാതെ വിസ്മയലോകത്ത് അമ്മച്ചിയോടൊപ്പം നടന്നു. അവൾക്ക് എല്ലാം പുതുമയായിരുന്നു. ഒരുതരം അമ്പരപ്പ് കൗതുകം. അമ്മച്ചി പുൽക്കൂട് നോക്കി. എത്രവിധമാണ് പുൽക്കൂടുകൾ. ഉണ്ണിയേശുവും രാജാക്കന്മാരും. ഏത് വലിപ്പത്തിലും തരത്തിലും. മിന്നുന്ന നക്ഷത്രങ്ങൾ നിരനിരയായി തൂങ്ങിക്കിടക്കുന്നു.

അവൾ പതുക്കെ ചുവന്ന നക്ഷത്രത്തിനടുത്തേക്ക് നീങ്ങി.

“എന്തുരസാ! തിളക്കം!”

അമ്മച്ചി അതിന്റെ വില ചോദിച്ചു.

“വൺഫിഫ്റ്റി”

“എന്നതാ”

“നൂറ്റമ്പത്”

അമ്മച്ചി ഒന്നു പരുങ്ങി. നെറ്റി ചുളിഞ്ഞു. മുഖം വികൃതമായി. അടുത്ത റാക്കിലേക്ക് നീങ്ങി പുൽക്കൂടിന് വില ചോദിച്ചു.

“ടു തൗസന്റ് മുതൽ മേലോട്ട്”.

“എന്നതാ പറഞ്ഞേ”

"രണ്ടായിരം മുതൽ അയ്യായിരം വരെ".

"ഇതാണ് കൂടുതൽ ആളുകൾ വാങ്ങുന്നത്."

"ചേച്ചി ഇതെടുത്തേ, നോക്കിയേ"

"വേണ്ട"

"എന്നാൽ വേറെ എടുക്കാം"

അമ്മച്ചി മോളുടെ കൈപിടിച്ച് അടുത്ത റോയിലേക്കു നടന്നു. ശീതീകരിച്ച മുറിയിലും ചുട്ടുപൊള്ളുന്നതുപോലെ. അമ്മച്ചി സാരിത്തുമ്പുകൊണ്ട് മുഖം ഒപ്പി. അമ്മച്ചിക്ക് ഒന്നും കാണണമെന്നു തോന്നിയില്ല. ഒന്നും കേൾക്കാനുള്ള മനസ്സും ഉണ്ടായില്ല. അമ്മച്ചി ബാഗിലേക്കും അവളുടെ മുഖത്തേക്കും സങ്കടത്തോടെ നോക്കി. അവളുടെ കൈപിടിച്ച് പതുക്കെ ഷോപ്പിൽനിന്നിറങ്ങി. എല്ലാ കണ്ണുകളും അവരിൽ പതിഞ്ഞു. പുറത്തിറങ്ങി അവൾ പറഞ്ഞു.

"ഒന്നും വാങ്ങിച്ചില്ലല്ലോ അമ്മച്ചി"

"ഇതൊന്നും വാങ്ങാൻ നമുക്കാവില്ലല്ലോ, ഉണ്ണിയേശു പിറന്നത് പുൽക്കൂട്ടിലാ. നമുക്ക് നാട്ടിൻപുറത്തെ പച്ചപ്പു തിരഞ്ഞുപോവാം. മോള് കരയണ്ട. നമുക്ക് വീട്ടിൽച്ചെന്ന് എല്ലാം ഉണ്ടാക്കാം. വാങ്ങിവെക്കുന്ന സാധനങ്ങളേക്കാൾ കർത്താവിനിഷ്ടം നമ്മളുണ്ടാക്കുന്നതാ മോളേ".

"കരയല്ലേ മോളേ"

അമ്മച്ചിയുടെ കണ്ണു നിറഞ്ഞുതുളുമ്പി. ഷോപ്പിങ്ങ് മാളിന്റെ മുൻവശത്തുള്ള ഇരിപ്പിടത്തിൽ അവർ ഇരുന്നു. അപ്പച്ചനെ കാത്തിരുന്ന് വേദനയോടെ അവൾ നഗരത്തെ നോക്കി. അമ്മച്ചിയുടെ മടിയിൽ തലവെച്ച് അവൾ പറഞ്ഞു.

"ഇങ്ങോട്ടു വരണ്ടായിരുന്നു".

# പുൽക്കൂടിന്റെ കഥ

**മ**ഞ്ഞുപെയ്യുന്ന രാത്രിയിലേക്ക് വർണവിളക്കുകൾ മിന്നി. നഗരത്തിൽ രാത്രിയും പകലും ഒരുപോലെയാണെന്ന് സന്ധ്യമോൾക്ക് ബോധ്യപ്പെട്ടു. “മോളേ സൂക്ഷിച്ച്...’ അമ്മച്ചി അവളുടെ കൈപിടിച്ച് അടുത്തേയ്ക്കു ചേർത്തു. വർണക്കാഴ്ചകൾ അവൾക്ക് വിസ്മയമായി. ഷോപ്പിങ്ങ് മാളുകൾ ദീപാലങ്കാരത്താൽ മുങ്ങിയിരിക്കുന്നു. പുറമേക്കു തൂങ്ങിക്കിടക്കുന്ന എല്ലാ കളിപ്പാട്ടങ്ങളും അവൾക്കിഷ്ടമായി. ക്രിസ്മസ് ട്രീകൾ അവൾക്ക് കൗതുകമായി. ആകാശത്തിലെയും ഭൂമിയിലെയും നക്ഷത്രങ്ങൾ അവളുടെ കൂടെ പോരുന്നതുപോലെ തോന്നി.

അറിയാതെ അവൾ പുൽക്കൂടിനുള്ളിലെ ഉണ്ണിയേശുവിനെ നോക്കിനിന്നു. പൊടുന്നനെ പിന്നിൽനിന്ന് ആരോ തള്ളി. ആൾക്കൂട്ടത്തിൽ നഷ്ടപ്പെടാതെ അമ്മച്ചി അവളുടെ കൈപിടിച്ചു. എങ്ങും യാത്രക്കാരുടെ തിരക്ക്. മൂക്കുകുത്തി വീഴേണ്ടതായിരുന്നു. ഭാഗ്യത്തിന് അമ്മച്ചിയുടെ ശ്രദ്ധ പതിഞ്ഞതുകൊണ്ട്.

നോക്കിയാൽ കാണുന്ന ദൂരത്തായിരുന്നു അപ്പച്ചൻ പറഞ്ഞുതന്ന അടയാളം. വലിയ കുരിശുപള്ളി ദീപാലങ്കാരങ്ങൾകൊണ്ട് തിളങ്ങുന്നു. എവിടന്നു നോക്കിയാലും കാണാം. ഒന്നിങ്ങെത്തിക്കിട്ടണ്ടെ. പുഴുക്കൾ നൊഞ്ഞുന്നപോലെയാ ജനം. ഒരുവിധം ഫ്ളൈഓവർ കയറിയിറങ്ങി. താഴെ ചെറിയ ആൾക്കൂട്ടവും നിലയ്ക്കാത്ത കൈയ

ടിയും. തിരക്കിനുള്ളിലൂടെ സന്ധ്യമോളെ വലിച്ച് അമ്മച്ചി വേദിക്കരികിലെത്തി. തിരമാലകൾപോലെ ഹർഷാരവം വീണ്ടും ഉയർന്നു.

സ്റ്റേജിനു മുകളിൽ സാന്താക്ലോസ് നൃത്തം വയ്ക്കുന്നു. അവർ തിളങ്ങുന്ന വെളിച്ചത്തിലേക്ക് സൂക്ഷിച്ചുനോക്കി. "ദേ, അത് അപ്പച്ചൻ തന്നെ". അമ്മച്ചിയെ തോണ്ടി അവൾ പറഞ്ഞു.

ഷോപ്പിങ്ങ് മാളിനുമുന്നിൽ അപ്പച്ചൻ പാട്ടുപാടി ചുവടുവെച്ചു. മുഖത്തെ വെളുത്ത താടിയിൽ വിയർപ്പുതുള്ളികൾ. അപ്പച്ചന് കാലിടറുന്നു. സന്ധ്യമോൾക്ക് സങ്കടം തോന്നി.

"കർത്താവേ, എപ്പോൾ തുടങ്ങിയ ആട്ടമാണാവോ?"

അമ്മച്ചി പിറുപിറുത്തു.

വലിയ ഷോപ്പിങ്ങ്മാളിനു മുന്നിൽ തടിച്ചുകൂടിയ എല്ലാവരെയും സന്തോഷിപ്പിച്ച് അപ്പച്ചൻ ചെറിയ ഒരു ഇടവേളയിൽ പുറത്തിറങ്ങിവന്നു. തലയിലെ കൂർത്ത തൊപ്പിയഴിച്ച് സന്ധ്യമോളെ വാരിയെടുത്തുമ്മവെച്ച് സ്വകാര്യമായി പറഞ്ഞു.

"കുഞ്ഞുമോളേ, ഈ ചേട്ടന്റെകൂടെ മുറിയിലേക്കു പോയേ, അപ്പച്ചനുടനെ വരാവേ"

അമ്മച്ചിയോടെന്തോ സൂചിപ്പിച്ച് അപ്പച്ചൻ എങ്ങോട്ടാണ് മാറിയതെന്ന് അവൾക്കു മനസ്സിലായില്ല. ഒന്നു കണ്ണുനിറയെ കണ്ടില്ലല്ലോ എന്ന പ്രയാസം അവൾക്കുണ്ടായിരുന്നു. ആൾത്തിരക്ക് കൂടിക്കൂടി വന്നു. ഷോപ്പിങ്ങ്മാളിനുള്ളിൽ സ്വർണം വാങ്ങാനെത്തിയവരുടെ പടതന്നെയുണ്ട്. പുതിയപുതിയ വാഹനങ്ങൾ. എത്രയാ ഓരോരുത്തർ വാങ്ങിക്കൂട്ടുന്നേ.

സ്റ്റേജിൽ ഹലേലുയ ഗാനം ഉയർന്നു. സന്ധ്യമോൾക്ക് അത് കണ്ടുനിൽക്കണമെന്ന വലിയ മോഹം സാധിച്ചുകിട്ടിയില്ല. ഇടുങ്ങിയ വഴിയിലൂടെ രമേശേട്ടന്റെ കൂടെ നടന്നു. പേരുകൾ ചോദിച്ച് തമാശകൾ പറഞ്ഞു

ഒരു പടുകൂറ്റൻ കെട്ടിടത്തിനു ചുവട്ടിലെത്തി.

"എന്റമ്മച്ചിയേ"

അവൾ മേലോട്ടുനോക്കി അത്ഭുതത്തോടെ പറഞ്ഞു.

"ആകാശത്തെത്തിയിരിക്കുന്നു"

അമ്മച്ചിയും പറഞ്ഞു.

അവർ പരസ്പരം നോക്കി. കണ്ണുകളിലെ കൗതുകം നിയോൺ വെളിച്ചത്തിൽ മറ്റുള്ളവരും ശ്രദ്ധിച്ചിരിക്കണം. രമേശേട്ടൻ അതു മനസ്സിലാക്കി. ജീവിതത്തിൽ വല്ലപ്പോഴും നഗരം കാണണമെന്നു പറഞ്ഞ് കളിയാക്കി ചിരിച്ചു. ലിഫ്റ്റിൽ കയറാൻ ആളുകൾ ക്യൂ പാലിച്ചുനിന്നു. ഏറ്റവും മുന്നിൽ രമേശനായിരുന്നു. ലിഫ്റ്റ് താണുവരുമ്പോൾ രമേശൻ ചോദിച്ചു.

"ഷോപ്പിങ്ങ് നടത്തിയില്ലേ?"

"ഇല്ല ചേട്ടാ"

"എന്നാപറ്റി?"

"ഒരുപാടു രൂപ വേണ്ടായോ?"

"ദേ, കൊച്ചേ"

അമ്മച്ചി ഗൗരവത്തോടെ അവളെ നോക്കി. ചുവന്ന കണ്ണുകൾക്കുമുന്നിൽ അവൾ ഉരുകിച്ചേർന്നു. പിന്നീട് അയാൾ കുടുംവിശേഷങ്ങൾ ചോദിച്ചുതുടങ്ങി.

അമ്മച്ചി അളന്നുതൂക്കി വളരെ പിശുക്കിയാണ് രമേശേട്ടനോടു സംസാരിച്ചത്. സംസാരത്തിനിടയിലേക്ക് കൗതുകമായി ലിഫ്റ്റ് വന്ന് സംഗീതം പൊഴിച്ചു.

ആളുകൾ നിറഞ്ഞപ്പോൾ അധികമായി കയറിയവരെ മാറ്റിനിർത്തുന്ന കൊമ്പൻമീശക്കാരന്റെ ശബ്ദവും രൂപവും അവളെ ഭയപ്പെടുത്തി. ലിഫ്റ്റ് പതുക്കെപ്പതുക്കെ പൊങ്ങി. ഓരോ നിലയിലും നിന്നു. ആളുകൾ കയറുകയും ഇറങ്ങുകയും ചെയ്തു. നാട്ടിലെപ്പോലെയല്ല. അടുത്തു കണ്ടിട്ടും ആരും ആരോടും ഒന്നും മിണ്ടുന്നില്ല. യന്ത്രം മേലോട്ടു മേലോട്ടുയർന്ന് ഇരുപത്തി ഒന്നിൽ ചെന്ന് നിശ്ചലമായി.

"ഒന്നുവേഗം ഇറങ്ങിയേ"

കൊമ്പൻമീശക്കാരന്റെ പരുക്കൻ ശബ്ദം ഉയർന്നു. അയാളുടെ തടിച്ച ദേഹത്തെ മസിലുകൾ ഉരുണ്ടുകൂടി. അവൾ അമ്മച്ചിയുടെ കൈ മുറുകെപിടിച്ച് പുറത്തിറങ്ങി. രമേശേട്ടന്റെ കൂടെ വലത്തോട്ടു തിരിഞ്ഞ് നീണ്ട ഇടനാഴിയിലൂടെ അകത്തേയ്ക്കു നടന്നു. അകത്ത് ഓരം ചേർന്ന് ഇടുങ്ങിയ മുറിയുടെ വാതിൽ തുറന്നു.

അവരുടെ വീട്ടിലെ മുറിയേക്കാൾ ചെറുതായിരുന്നു. ഉള്ളിൽ കടന്നാൽ ഒന്നിനും സ്ഥലമില്ല. ഉള്ള സ്ഥലത്ത് കട്ടിലും പായയും സ്റ്റൗവും പാത്രങ്ങളും.

"ഇവിടെയും എല്ലാത്തിനും ഒരു മുറിയേ ഉള്ളല്ലോ"

അവൾ അമ്മച്ചിയോടു പറഞ്ഞു. അമ്മച്ചി കനപ്പിച്ചൊന്നു മൂളി. പുറത്തേയ്ക്കുള്ള ജനവാതിൽ തുറക്കാൻ തുടങ്ങിയപ്പോൾ രമേശേട്ടൻ തടഞ്ഞു.

"തുറക്കല്ലേ ചേച്ചീ"

"മ്ഉം"

"ആ ഭാഗം മുഴുവൻ ചീഞ്ഞളിഞ്ഞു കിടക്കുവാ. അഴുക്കുചാലുകളുടെ പതനവും അവിടെത്തന്നെ. ദുർഗന്ധം മാത്രമല്ല, എത്ര ഉയരത്തിലേക്കും കൊതുകുകൾ പറന്നെത്തും.

ഉപദേശങ്ങളും നിർദേശങ്ങളും തന്ന് ഞങ്ങളെ തനിച്ചാക്കി രമേശേട്ടൻ പോയി. അപ്പച്ചന്റെ കൂടെ വരാമെന്നു പറഞ്ഞാണ് പുറത്തിറങ്ങിയത്.

അമ്മച്ചി ഓരോ മുക്കും മൂലയും തപ്പിത്തിരഞ്ഞ് അവളെ വിളിച്ചു പറഞ്ഞു,

"ചായയും കാപ്പിയും ഉണ്ടാക്കാനുള്ളതൊക്കെയുണ്ട്".

"വേണ്ടമ്മച്ചീ"

അല്ലേലും അമ്മച്ചി ചില നിഗമനങ്ങളിലൊക്കെ എത്തിയിരിക്കുന്നു. റവ ഉപ്പുമാവ് കരിഞ്ഞുപിടിച്ച ചീനച്ചട്ടി എന്നോ കഴുകാതെ വെച്ചതാണ്. പാത്രത്തിനുള്ളിൽ നിറച്ച് പൂപ്പലുകൾ.

പട്ടണത്തിലെ ആർപ്പുവിളികൾക്കുനടുവിൽ ഏതോ ഒരു കൊച്ചുമുറിയിൽ നമ്മൾ എത്തപ്പെട്ടിരിക്കുന്നു. അമ്മച്ചി പറഞ്ഞു. മണ്ണെണ്ണ സ്റ്റൗ തുടച്ചുമിനുക്കി ഏറെ നേരത്തെ ശ്രമംകൊണ്ട് ചായയുണ്ടാക്കി അപ്പച്ചനുള്ളത് അടച്ചുവച്ചു അവർ കാത്തിരുന്നു.

എപ്പോഴാണാവോ അപ്പച്ചൻ വരുക.

അവൾ കർത്താവിനെ വിളിച്ചു. കുരിശുവരച്ചു.

രാത്രി വളരെ വൈകി. നഗരം ഇപ്പോഴും വെളിച്ചപ്രളയത്തിലാണ്. ഇവിടെ രാവും പകലും ഒരുപോലെ. സന്ധ്യമോൾ ചില്ലുജാലകങ്ങളിലൂടെ നഗരവെളിച്ചത്തിലേയ്ക്കു നോക്കിയിരുന്നു. മിന്നാമിന്നിക്കൂട്ടങ്ങൾപോലെ വാഹനങ്ങളുടെ വെളിച്ചം മിന്നിത്തിളങ്ങി.

രാത്രി പത്തും പതിനൊന്നും കഴിഞ്ഞു. അപ്പച്ചനെ കാണാതെ അവർ അസ്വസ്ഥരായി. സന്ധ്യമോളുടെ കണ്ണുകളിൽ ഉറക്കം കനത്തു. ഉറക്കത്തെ പഴിച്ച് അപ്പച്ചൻ വരുന്നതുനോക്കി അവളിരുന്നു.

"അമ്മച്ചി"

"എന്നതാ"

"അപ്പച്ചനെ കാണുന്നില്ലല്ലോ"

അവളെ അടുത്തേയ്ക്കിരുത്തി അമ്മച്ചി സ്നേഹത്തോടെ നെറുകയിൽ തലോടി.

"മോൾക്ക് ഞാനൊരു കഥ പറഞ്ഞുതരട്ടെ"

"എന്തു കഥ?"

"ഒരു പുൽക്കൂടിന്റെ കഥ"

അവൾക്കു സന്തോഷമായി. അവൾ കണ്ണുതുടച്ച് അമ്മച്ചിയുടെ വാക്കുകൾക്കു കാതോർത്തു.

പണ്ടുപണ്ട് എന്നുപറഞ്ഞാ ശരിയാവുമോന്ന് അറിഞ്ഞൂടാ. അന്നൊക്കെ നക്ഷത്രങ്ങളും പുൽക്കൂടും സ്വന്തായിട്ടാ ഉണ്ടാക്കിയിരുന്നത്. ഞങ്ങളുടെ കുട്ടിക്കാലം. അങ്ങേവീട്ടിലെ ഗോപിയേട്ടനും കൂട്ടുകാരും വരും. ഗോപിച്ചേട്ടൻ കയറാത്ത മരങ്ങളില്ല. പറമ്പുനിറയെ മരങ്ങളാ. മുളങ്കൂട്ട

ങ്ങളും ധാരാളം. എന്റെ അച്ചാച്ചന് ഒരു സ്വഭാവമുണ്ടായിരുന്നു. ഒരു ചെടിപോലും വെട്ടിനശിപ്പിക്കില്ല. ഒരു കുറ്റിച്ചെടിപോലും. നമ്മുടെ ജീവനാ ചെടികളെന്നാ അച്ചാച്ചൻ പറയുക.

നിറഞ്ഞ കാടിനുള്ളിലൂടെ നടന്ന് മുളങ്കൂട്ടത്തിനടുത്തെത്തിയാൽ നല്ല പുല്ലാങ്കുഴൽ കച്ചേരി കേൾക്കാം. ഇളം കാറ്റിനൊപ്പം മുളകൾ മുട്ടിയുരുമ്മി ഓരോ പുതിയ സംഗീതം പൊഴിക്കും. മുളങ്കൂട്ടത്തിന്റെ സംഗീതത്തിനൊപ്പം കിളികളുടെ ഗീതങ്ങൾ ഉയരും. അവ ആർത്തുല്ലസിച്ച് ഓരോ ചില്ലയിലും ഇരുന്ന് ഊഞ്ഞാലാടുന്നത് കാണാൻ എന്തു രസാന്നറിയോ? പച്ചപ്പനംതത്തയെ ഞാനാദ്യം കാണുന്നത് അപ്പോഴാന്നേ. പൊന്മ, ചെമ്പോത്ത്, കുയിലുകൾ, കൊറ്റികൾ അങ്ങനെയങ്ങനെ പക്ഷികളുടെ ഒരു ലോകായിരുന്നു.

മുളങ്കൂട്ടത്തിൽനിന്ന് പുൽക്കൂടിനും നക്ഷത്രങ്ങൾക്കും വേണ്ടതുമാത്രം വെട്ടിച്ചെറുതാക്കി അത്തിമരച്ചോട്ടിലെത്തിക്കും. പുൽക്കൂടുണ്ടാക്കാനുള്ള ഈന്തിൻപട്ട ഗോപിച്ചേട്ടൻതന്നെ കൊണ്ടുവരും. പിന്നെ നാലു മുളങ്കാലുകൾ മുറ്റത്തു അടിച്ചുതാഴ്ത്തി പുൽക്കൂടു തീർക്കും. ഉണ്ണിയേശുവിനെയും രാജാക്കന്മാരെയും കൂട്ടിനുള്ളിൽ വയ്ക്കും. എന്തു രസാന്നറിയോ ആ പുൽക്കൂട്. എല്ലാവരും അതുണ്ടാക്കാൻ നേരം വെളുക്കുംവരെ കുത്തിയിരിക്കും.

നക്ഷത്രങ്ങളുണ്ടാക്കി അത്തിമരത്തിന്റെ ഓരോ കൊമ്പിലും കെട്ടിത്തൂക്കും. മുളന്തണ്ടും വർണക്കടലാസും കൊണ്ട് തീർത്ത മനോഹരമായ അഞ്ചു കോണുള്ള നക്ഷത്രങ്ങൾ.

“നമ്മുടെ അത്തിമരം അന്നും ഉണ്ടായിരുന്നോ?”

“ഉണ്ടായിരുന്നു”

“നമുക്കു തിരിച്ചുപോവാം അമ്മച്ചീ”

“എന്നാത്തിന്?”

"നമുക്കു പ്ലാസ്റ്റിക്ക് പുൽക്കൂടു വേണ്ട"

"അതിനു മുളങ്കൂട്ടം വേണ്ടേ? അതിനു കാടെവിടെ, ചെടികളെവിടെ? പൂക്കളെവിടെ? തൊടിയിലെ വൃക്ഷങ്ങളെവിടെ?

"നമ്മുടെ അത്തിമരവും ചിലപ്പോൾ മുറിഞ്ഞുവീഴില്ലേ."

കോളിങ്ങ്ബെല്ലിന്റെ നാദം മുറിനിറഞ്ഞു. അമ്മച്ചി വാതിൽ തുറന്നു. അപ്പച്ചന്റെ വിയർപ്പിൽ കുതിർന്ന വേഷം അഴിച്ചുവയ്ക്കാതെ അവളെ വാരിയെടുത്തുമ്മവച്ചു.

"മോള് എന്തെങ്കിലും കഴിച്ചോ?"

"കഴിച്ചു".

"ഇവിടെ ഒന്നിനും നേരമില്ല. നേരാംവണ്ണം ഭക്ഷണം കഴിക്കാൻപോലും. ഇവിടെ എനിക്ക് എപ്പോഴെങ്കിലും തലചായ്ക്കാനുള്ള സ്ഥലമാണ്."

അവരുടെ സംസാരത്തിനിടയിൽ അപ്പച്ചന്റെ മൊബൈൽ ശബ്ദിച്ചു. ഫോണെടുത്ത് ചെവിയോടടുപ്പിച്ച് അപ്പച്ചൻ വിനീതനായി. എല്ലാം സമ്മതിച്ച് മൊബൈൽ മേശപ്പുറത്തുവെച്ചു.

അമ്മച്ചിയെ വിളിച്ച് ഒരു നെടുവീർപ്പോടെ അപ്പച്ചൻ പറഞ്ഞു.

"നാളെ പുലർച്ചെ ഷോപ്പിലെത്തണം".

വേറെയൊന്നും പറയാതെ മുഖം കഴുകി അപ്പച്ചൻ അവളെയെടുത്ത് കട്ടിലിൽ കൈകാലുകൾ നീട്ടിവച്ചു കിടന്നു.

അവൾ അപ്പച്ചനെ ചേർത്തുപിടിച്ച് തേങ്ങി. ശബ്ദമില്ലാതെ, ഒന്നും പറയാതെ, ഒന്നും ആവശ്യപ്പെടാതെ. തേങ്ങിത്തേങ്ങി അവൾ ഉറക്കത്തിലേക്കു വഴുതി.

# ക്രൂശിതരൂപം

പ്രഭാതത്തിലെ വർണവെളിച്ചം ജാലകപ്പഴുതിലൂടെ എത്തിയും പാളിയും നോക്കി. സ്റ്റൗവിനു മുകളിൽ പാത്രം കയറ്റിവച്ച് തീനാളങ്ങൾക്ക് പണിപ്പെടുകയാണ് അമ്മച്ചി. അപ്പച്ഛൻ അവളുണരുംമുമ്പേ പോയിരിക്കുന്നു. വിയർപ്പിൽ മുങ്ങിയ സാന്താക്ലോസിന്റെ വേഷം മേശച്ചു വട്ടിൽ കൂട്ടിയിട്ടാണ് അപ്പച്ഛൻ പോയിരിക്കുന്നത്. ഇന്ന് എന്താണാവോ വേഷംകെട്ടൽ. അവൾ അകത്തെ മുക്കും മൂലയും പരിശോധിച്ചു. കളിപ്പാട്ടമായി ഒന്നും കണ്ടെത്തി യില്ല. മുഷിഞ്ഞുകീറിയ കുറേ വസ്ത്രങ്ങൾ. ചിതലരിച്ച കുറേ പുസ്തകങ്ങൾ. വെറുതെയിരുന്ന് പൊറുതികെട്ട് അവൾ അമ്മച്ചിയോടു ചോദിച്ചു.

"അപ്പച്ഛനെപ്പഴാ വരുന്നേ"

"വൈകുന്നേരം"

"അതുവരെ"

"നമുക്ക് കുർബാനക്ക് പോവാം".

ഫ്ളാറ്റിലെ വരാന്തയിൽ ഇറങ്ങി അവൾ പുറംലോകം കണ്ടു.

കെട്ടിടങ്ങളുടെ കൂട്ടത്തിൽ പള്ളി ഏതെന്ന് തിരിച്ചറി ഞ്ഞില്ല. അത്രമാത്രം ഉയരത്തിലായിരുന്നു അവൾ.

അമ്മച്ചി പറഞ്ഞത് കുളിച്ച് പുതിയ ഉടുപ്പിട്ട് തിരുപ്പിറവിയുടെ പുതിയ ഗാനം പാടി രമേശേട്ടന്റെ കൂടെ പോവാന്നാ.

"രമേശേട്ടൻ വരോ?"

"വരും. നഗരത്തിൽ നമുക്കൊന്നും അറിയില്ലല്ലോ മോളേ".

മുറിപൂട്ടി നീണ്ട ഇടനാഴിയിലൂടെ അവർ ലിഫ്റ്റിനടുത്തേക്ക് നടന്നു. പുതിയ പ്രഭാതം. അസ്ഥികളെ ഉരുക്കുന്ന തണുപ്പ് അവരെ ആവരണം ചെയ്തു. മൂടിപ്പുതച്ച് ലിഫ്റ്റ് തുറക്കുന്നതും കാത്തുനിന്നു. മുകളിൽനിന്നിറങ്ങി വരുന്നതിലൊക്കെ ആളുകളെ നിറച്ചിരിക്കുന്നു. ഇനി എപ്പോഴാണ് രണ്ടുപേർക്കുള്ള ഊഴം ഉണ്ടാവുക. ഓരോ തവണയും ലിഫ്റ്റിന്റെ വാതിലുകൾ തുറന്നു. അപ്പോഴൊക്കെ ആളുകൾക്കിടയിൽനിന്ന് ലിഫ്റ്റ്മാൻ തലനീട്ടി പറഞ്ഞു.

"കയറേണ്ട, ഓവർലോഡാവും".

കാത്തിരുന്നു കാത്തിരുന്ന് ലിഫ്റ്റിൽ ഇടംകിട്ടി. രാവിലെ എല്ലാവരും കൃത്യസമയത്ത് ജോലിക്കെത്താനുള്ള പാച്ചിലിലാണെന്ന് അമ്മച്ചി പറഞ്ഞു.

അപ്പച്ചൻ ഈ തിരക്കുകൊണ്ടുതന്നെയാവും പുലരും മുമ്പേ പോയത്. മാനംമുട്ടെ ഉയർന്നുനിൽക്കുന്ന കെട്ടിടത്തിനുള്ളിൽനിന്ന് ഒരുവിധം പുറത്തുവന്നു.

"ദാ, ആ കാണുന്നതാ പള്ളി".

"എന്നാൽ വൈകുന്നേരം കാണാം"

"ശരി".

രമേശൻ പോയി. അയാൾക്ക് ജോലിക്കെത്താനുള്ള സമയമായിരുന്നു. ലിഫ്റ്റ് കാത്ത് കുറേനേരം പോയതുകൊണ്ട് അവരോടൊപ്പം നിൽക്കാൻ കഴിഞ്ഞില്ല. സീബ്രാ

ക്രോസ് ലൈനിനടുത്ത് അവർ ഏറെ നേരം നിന്നു. ഒന്ന് അപ്പുറം കടന്നുകിട്ടണം. വാഹനങ്ങൾ നിരത്തിൽ നിറഞ്ഞൊഴുകുകയാണ്. പോലീസുകാരൊന്നും ഡ്യൂട്ടിക്ക് എത്തിയിട്ടില്ല. റോഡിനപ്പുറം കടന്ന് വലത്തോട്ടു നടന്നാൽ പള്ളിയിലെത്താം.

പുണ്യപുരാതനമെന്നു തോന്നിക്കുന്ന പള്ളിമുറ്റത്ത് ഓരോ മരവും വർണക്കടലാസുകൊണ്ട് അലങ്കരിച്ചിരിക്കുന്നു. നക്ഷത്രങ്ങൾ വർണംവിതറി പള്ളിപ്പരിസരം മനോഹരമാക്കി. പള്ളിമേടയിലും പരിസരത്തും പ്രാവുകളുടെ ചിറകടിശബ്ദം. മരച്ചില്ലകളിൽ ഇളങ്കാറ്റിനൊപ്പം നക്ഷത്രങ്ങളും ചുവടുവെച്ചു. സെമിത്തേരിയിലെ ചീനിമരങ്ങൾക്കുമുകളിൽ ആർപ്പുവിളിക്കുന്ന കിളികൾ. മണൽ വിരിച്ച മുറ്റത്ത് പൂത്തുലഞ്ഞ ചെടികൾക്കുമുകളിൽ പരശതം പ്രാണികൾ.

"ഹായ്, എന്തുരസാ അമ്മച്ചി"

"ഒരു പൂ പറിച്ചു തരോ?"

"പാടില്ല മോളേ"

ഉണങ്ങിയ ചെടിക്ക് വെള്ളം ഒഴിച്ചു കൊടുക്കുന്ന തോട്ടക്കാരനെ നോക്കി അമ്മച്ചി പറഞ്ഞു.

''ഇതാണ് യഥാർഥ ജീവിതത്തിന്റെ മാതൃക, പ്രാർഥന".

"എന്നാ പറഞ്ഞേ".

"അതും പ്രാർഥനയാണ്".

മോൾക്കൊന്നും മനസ്സിലായില്ല. അമ്മച്ചി ചിലപ്പോഴൊക്കെ പറയുന്നത് അങ്ങനെയാ. പള്ളിമുറ്റത്തെ മണൽവിരിപ്പിൽ വാഹനങ്ങൾ വന്നുതുടങ്ങി. അതിമനോഹരമായ ചുവപ്പും വെള്ളയും കറുപ്പും നിറമുള്ള കാറുകൾ. വിവിധ വർണങ്ങൾ, വിവിധ രൂപങ്ങൾ.

ഇത്രയധികം കാറുകൾ അവൾ ഒന്നിച്ചു കാണുന്നത് ആദ്യമായിട്ടാണ്. അവളും അമ്മച്ചിയും മുറ്റത്ത് ഒരിത്തിരി തവണ കാറുകൾക്ക് വഴിമാറിക്കൊടുത്തു.

ഉത്സവനഗരിയിലേക്കെന്നപോലെ ആഘോഷത്തിന്റെ പുത്തനുടുപ്പുകളണിഞ്ഞ് ഓരോ വാഹനത്തിൽനിന്നും കുട്ടികളും മുതിർന്നവരും പുറത്തിറങ്ങി.

ഇളംവെയിൽ പരന്ന പള്ളിമുറ്റത്തെ ഒഴിഞ്ഞ കോണിൽ മണൽത്തരികളിൽ അവൾ വെറുതെ ഓരോ രൂപങ്ങൾ വരച്ചുകളിക്കുമ്പോൾ അമ്മച്ചി വിളിച്ചു.

“ദേണ്ടെ, കൊച്ചേ ഒന്നിങ്ങുപോന്നേ”.

കുർബാന തുടങ്ങാറായി.

മതിലുകൾക്കരികിലെ ബദാംമരച്ചുവട്ടിൽനിന്ന് അമ്മച്ചി ഹാളിലേക്ക് പോന്നു. ചെടികൾക്ക് തടംതീർത്ത മാർബിൾ തറകളിൽ ഇരുന്ന എല്ലാവരും എഴുന്നേറ്റ് അകത്തേക്കുപോയി. പ്രയർഹാളിലേക്ക് പിന്നീട് ആളുകളുടെ ഒഴുക്കായിരുന്നു.

പ്രാർഥനയുടെ ലോകത്തേക്കുള്ള യാത്രയിൽ റോസമ്മ അവളുടെ കൈപിടിച്ച് ഏറ്റവും പിറകിലെ ഇരിപ്പിടത്തിൽ സ്ഥാനംപിടിച്ചു. തണുത്ത തറയിൽ മുട്ടുകുത്തി തിരുപ്പിറവിയുടെ ആഘോഷത്തിമിർപ്പിൽ അവളുടെ കണ്ണുനിറഞ്ഞു. കുർബാനയുടെ അവസാനനിമിഷങ്ങളിലേക്ക് പോകുമ്പോൾ അവളുടെ ഉള്ളുരുകി. ഉണ്ണിയേശുവിന്റെ രൂപവും ക്രൂശിതരൂപവും മാറിമാറി മനസ്സിൽ മിന്നിമറഞ്ഞു.

ആഡംബരങ്ങൾ നിറഞ്ഞ സുഖശീതളമായ പ്രാർഥനാഹാളിൽ ഉള്ളുരുകി എല്ലാം ദൈവത്തിലർപ്പിച്ച് അവൾ അമ്മച്ചിയുടെ കൈപിടിച്ച് പുറത്തിറങ്ങി. പള്ളിമേടയിലെ നിശ്ശബ്ദതയിൽ മണിമുഴങ്ങി. ഒത്തിരി ഓർമകൾ

ഉണർത്തിയ മണിനാദം അവസാനിച്ചപ്പോൾ വരാന്തയിൽ അവർ രണ്ടുപേരും മാത്രം.

അമ്മച്ചി കുംബസാരക്കൂട്ടിനടുത്ത് ചാരിനിന്ന് എന്തോ പതിഞ്ഞ സ്വരത്തിൽ പറഞ്ഞു.

അമ്മച്ചിയുടെ കണ്ണുനിറഞ്ഞു. കണ്ണീര് കവിളിലൂടെ മുത്തുമണികളായി താഴെ വീണു. അച്ചൻ കുറേനേരം ആശ്വസിക്കുന്നുണ്ടായിരുന്നു.

വർണം വാരിവിതറിയ വാഹനങ്ങൾ മത്സരിച്ച് പള്ളി മുറ്റം വിട്ടുപോവുമ്പോൾ അവൾ ചോദിച്ചു.

"അമ്മച്ചീ എല്ലാവരും പോയി, ഇനി നമ്മൾ മാത്രം"

"അപ്പച്ചൻ വരോ"

"ഇല്ല മോളേ"

"നമുക്കും പണക്കാരാവാൻ പറ്റ്വോ"

"ഛേ, മിണ്ടരുത്"

അമ്മച്ചി അവളെ ശാസിച്ചു. ചുവന്നു തുടുത്ത മുഖം അവളിൽ ഭീതി പടർത്തി. ആഘോഷങ്ങളുടെ ആരവത്തിൽ മുങ്ങിയ പകലിലേക്ക് അവർ രണ്ടുപേരും മാത്രം നടന്നു.

"അമ്മച്ചീ"

"എന്നതാ"

"കാലു കഴക്കുന്നു".

"ദാ എത്താറായി കുഞ്ഞേ"

"നമ്മളെപ്പോഴാ പുൽക്കൂടു വാങ്ങിക്കുന്നേ? നക്ഷത്രങ്ങൾ വാങ്ങിക്കണ്ടേ; അല്ലെങ്കിൽ വീട്ടിലേക്ക് പോവാം അമ്മച്ചീ".

അവളുടെ ചോദ്യങ്ങൾക്കൊന്നും റോസമ്മ ഉത്തരം പറഞ്ഞില്ല. കുരിശുപള്ളിയിലെ ക്രൂശിതരൂപത്തിൽ തെളിയുന്ന വർണക്കാഴ്ചകളിൽനോക്കി കൗതുകത്തോടെ

അവൾ നിന്നു. പിന്നെ വർണപ്പൊലിമ നിറഞ്ഞ നഗരത്തിലേക്ക് അവർ നടന്നു.

"കാറില്ലാത്തതുകൊണ്ടാ നമ്മളെ ആരും ശ്രദ്ധിക്കാത്തെ?"

"ഇതു പട്ടണമല്ലേ മോളേ"

"പണക്കാരാവണംല്ലേ"

"കർത്താവേ ഇവൾക്കിതെന്നാ പറ്റീ, ഒന്നു വായ അടക്കുന്നുണ്ടോ?" അമ്മച്ചി അവളുടെ ദേഹത്ത് നുള്ളി. അവളുടെ കണ്ണുനിറഞ്ഞു. അവൾക്ക് പിന്നെ നഗരക്കാഴ്ചകളൊന്നും കാണാനായില്ല. അവൾ പിന്നെ ഒന്നും പറഞ്ഞില്ല.

# മനസ്സിൽ ഉദിച്ച നക്ഷത്രം

**അ**വർ ജാലകപ്പഴുതിലൂടെ പുറത്തേക്ക് നോക്കിയിരുന്നു. എങ്ങും ഉത്സവത്തിമർപ്പ്. പുറംലോകം ഒഴുകിക്കൊണ്ടേയിരിക്കുന്നു. ഇടയ്ക്ക് തകർത്തുവരുന്ന കാറ്റിനൊപ്പം അസഹ്യമായ ഗന്ധം. ചീഞ്ഞളിഞ്ഞ മണം. അടിച്ചുവാരുമ്പോൾ അവർ മൂക്കുപൊത്തിയിരിക്കും.

"ദേ കൊച്ചേ, വാതിലടച്ചിട്ടേ, ശർദ്ദില് വരുന്നു". അമ്മച്ചി പിറുപിറുത്തു.

"നഗരം ഇത്ര ചീഞ്ഞളിഞ്ഞതാണോ അമ്മച്ചീ"

"നേരാന്നേ"

ദുർഗന്ധം പേടിച്ച് പുറത്തേക്കുള്ള എല്ലാ പഴുതുകളും അടച്ച് അവർ മുറിയിൽ തനിച്ചായി. വല്ലാത്ത ശ്വാസംമുട്ടൽ. അമ്മച്ചി പൊടിപിടിച്ച ഡ്രസ്സുകളും അടുക്കളസാധനങ്ങളും തട്ടിയടിച്ചു. ഓരോന്നായി അടുക്കിവെച്ചു. അമ്മച്ചിയുടെ സാരിത്തുമ്പിൽ പിടിച്ച് അവൾ സംശയിച്ചുനിന്നു. ഇത്തിരി നേരം കഴിഞ്ഞ് ധൈര്യത്തോടെ ഒരു വഴക്കു കിട്ടുമെന്ന് വിചാരിച്ചുകൊണ്ട് ചോദിച്ചു.

"അപ്പച്ചൻ വരില്ലേ?"

"എനിക്കറിയത്തില്ല."

"രാവും പകലുമില്ല. പണിയോടുപണി. കർത്താവേ,

ഇതെല്ലാം ഇട്ടേച്ച് വീട്ടിലേക്ക് വന്നുകൂടായോ?"

"എന്നതാ"

"ഒന്നുമില്ലെന്റെ പൊന്നേ. അമ്മച്ചി നക്ഷത്രങ്ങൾ ഉണ്ടാക്കുന്നതിനെപ്പററി സൂചിപ്പിച്ചിരുന്നില്ലേ?"

"ഉവ്വ്".

"ഒന്നു പറഞ്ഞുതരാവോ"

അവർ രണ്ടുപേരും കട്ടിലിൽ ഇരുന്നു. ഒരു കഥ പറയാനുള്ള മനസ്സായിരുന്നില്ല റോസമ്മയ്ക്ക്. ജനവാതിൽ തുറന്നുവെച്ച് റോസമ്മ അവളുടെ അടുത്തിരുന്നു.

പൊടുന്നനെ ദുർഗന്ധവുമായി കാറ്റുവന്നു.

അയ്യേ അവൾ മൂക്കുപൊത്തി.

അമ്മച്ചി വാതിലടച്ചു.

"ദേ, മോളേ ഇച്ചിരി മുളങ്കമ്പും ഇച്ചിരി വർണക്കടലാസുംമുണ്ടെങ്കി നക്ഷത്രമുണ്ടാക്കാം".

"മുളങ്കാമ്പെവിടുന്നാ?"

"ധൃതിവെക്കല്ലേ..."

"പറയാം. നമ്മുടെ വീടിന്റെ തെക്കേപ്പുറം മുഴുവനും കാടായിരുന്നു. നല്ല ഇടതൂർന്ന പച്ചപ്പ്. ഏത് ഉച്ചനേരത്തും നല്ല തണുപ്പ്. മാങ്ങാക്കാലം, എന്താരസം. തൊടിനിറയെ നാടൻ മാങ്ങേടെ സുഗന്ധാ. പ്ലാവുകൾ. പഴച്ചക്കേടെ മുകളിലിരുന്ന് കൊത്തിക്കൊറിക്കുന്ന പക്ഷികൾ. കടിച്ചുവലിക്കുന്ന അണ്ണാൻകുഞ്ഞുങ്ങൾ. അവരുടെ സ്നേഹപ്രകടനങ്ങൾ, കിന്നാരം പറച്ചിൽ. കാക്കകൾ, കുയിലുകൾ അങ്ങനെ ഒരു ലോകം. എന്റെ അപ്പച്ചൻ എല്ലാവരെയും സ്നേഹിച്ചു. പരിപാലിച്ചു. ഒന്നിനെയും നോവിക്കാതെ കഴിഞ്ഞ എന്റെ കുട്ടിക്കാലം. ഒരു ചെടിപോലും അപ്പച്ചൻ വെറുതെ വെട്ടിയിട്ടില്ല. വേനലും മഞ്ഞും മഴയും ഭേദമില്ലാതെ കണ്ണീർമുത്തുപോലുള്ള വെള്ളവും സുല

ഭം. എല്ലാവരും കാടുവെട്ടിത്തെളിച്ച് റബറു പിടിപ്പിച്ചപ്പോ അപ്പച്ചൻ പറഞ്ഞു."

"ആർത്തി വേണ്ട. നമുക്കിതൊക്കെത്തന്നെ ധാരാളം പോരെ ജീവിക്കാൻ".

"ഗാന്ധിജി പറഞ്ഞപോലെ നമുക്ക് ജീവിക്കാനുള്ളത് ഈ ഭൂമിയിലുണ്ട്".

"അമ്മച്ചീ, സ്റ്റാറിന്റെ കാര്യംപറ അമ്മച്ചീ"

"ഓ, ഞാനങ്ങു എന്തെല്ലാമോ പറഞ്ഞു".

"വീടിന്റെ ഉമ്മറമുറ്റത്തിനപ്പുറത്ത് തെക്കേ തൊടീല് വലിയ ഒരു മാവുണ്ടായിരുന്നു. നാടൻ മാവ്. ഒരുപാട് ജീവികളും അതിന്റെ ശിഖരങ്ങളിൽ പാർത്തിരുന്നു. ഞാനും അപ്പച്ചനും കൂടി മുളന്തണ്ടുകൊണ്ട് കെട്ടിയുണ്ടാക്കിയ നക്ഷത്രത്തിന്റെ രൂപവുമായി മാവിൻചോട്ടിലെത്തി. അവിടെയിരുന്ന് തലേന്ന് ചന്തയിൽനിന്നു കൊണ്ടുവന്ന വർണക്കടലാസുകൊണ്ട് നക്ഷത്രം ഭംഗിയായി ഒട്ടിക്കും. പലനിറത്തിലുള്ള നക്ഷത്രങ്ങൾ ഉണ്ടാക്കും. കാണാൻ എന്ത് രസാന്നറിയോ? നക്ഷത്രങ്ങൾ മാവിന്റെ കൊമ്പിൽ തൂക്കിയിടും".

നക്ഷത്രങ്ങൾ ഉണ്ടാക്കിത്തീർന്നാൽ ഗോപിയേട്ടനും എത്തും. ഏത് മരക്കൊമ്പിലും കയറി ഊഞ്ഞാലാടാൻ കഴിവുള്ള നീണ്ടുമെലിഞ്ഞ ചെറുപ്പക്കാരൻ. രാത്രിക്ക് മുന്നേ നേർത്ത് പെയ്യുന്ന മഞ്ഞിലൂടെ ഗോപിയേട്ടൻ നക്ഷത്രങ്ങൾക്കുള്ളിൽ മെഴുകുതിരി കത്തിച്ചുവെക്കും. മാവിൻ മുകളിൽ നക്ഷത്രങ്ങൾ ലോകം മുഴുവൻ വെളിച്ചം പരത്തും.

ഒരു ക്രിസ്മസ് സായാഹ്നത്തിൽ ഗോപിയേട്ടൻ എങ്ങോട്ടോ പോയിരുന്നു. കാത്തിരുന്ന് തളർന്ന് ഒടുവിൽ അപ്പച്ചൻ തന്നെ മെഴുകുതിരി വെട്ടവുമായി മാവിൻമുക

ളിലേക്ക് കയറി. കുരുമുളക് പറിച്ചെടുക്കുന്ന ശീലമുണ്ടായിരുന്നു അപ്പച്ഛന്. അതാണ് അപ്പച്ഛന് കയറാനുള്ള ധൈര്യമുണ്ടായത്. അമ്മച്ചിയും ഞാനും മരച്ചുവട്ടിൽതന്നെ നിക്കുവായിരുന്നു.

“എന്റെ കർത്താവേ” അമ്മച്ചിയുടെ ആർപ്പുവിളി.

“ഒന്നുമില്ലെന്റെ ത്രേസ്യാമ്മേ, അതങ്ങു കത്തിയതാ”. നക്ഷത്രം കത്തിച്ചാമ്പലായി. പുക ആകാശത്തേക്കും ചാരം താഴേക്കും പാറിപ്പറന്നു. അപ്പച്ഛന്റെ ചെറുവിരൽ ചെറുതായൊന്ന് പൊള്ളി. അമ്മച്ചി തടവിക്കൊടുത്തു. വിരലുകളിൽ ഊതിയൂതി തണുപ്പിച്ചു. ഒരു മാലാഖയെപ്പോലെ അപ്പച്ഛൻ തൂവെള്ള വസ്ത്രത്തിൽ തിളങ്ങി.

പിന്നെയും മഴക്കാലവും മഞ്ഞുകാലവും മാറിമാറിവന്നു. വൻമരത്തിലെ ഇടതൂർന്ന ഇലച്ചാർത്തുകളിലൂടെ ആകാശത്ത് തെളിയുന്ന നക്ഷത്രത്തെ വിളിച്ച് ഒരുപാട് സങ്കടങ്ങൾ പറഞ്ഞു. അമ്മച്ചിയെ തനിച്ചാക്കിപ്പോയതിന്റെ സങ്കടങ്ങൾ മുഴുവൻ നക്ഷത്രം ഒപ്പിയെടുത്തു.

ഈ നക്ഷത്രത്തിന് മറ്റൊരു പ്രത്യേകതകൂടിയുണ്ട് മോളേ. അതെന്താന്നറിയാവോ?”

“ഇല്ല, അമ്മച്ചീ”

“എന്നാ കേട്ടോളൂ’

“നമ്മൾ അരുതാത്തതെന്തെങ്കിലും ചെയ്യാൻ തുടങ്ങിയാൽ നക്ഷത്രം തെളിഞ്ഞുവരും. സാന്താക്ലോസിന്റേയോ മറ്റോ രൂപത്തിലാവും വരവ്. എന്നിട്ട് നമ്മെ ഉപദേശിച്ചുകൊണ്ടിരിക്കും. അരുത് അരുത് എന്ന് മന്ത്രിച്ചുകൊണ്ടിരിക്കും.

അരുതാത്തതൊന്നും ഞങ്ങളന്നുമുതൽ ഇന്നുവരെയും ചെയ്തിട്ടില്ല. അരുതാത്തതു ചിന്തിക്കാൻ ഇലച്ചാർത്തിനുള്ളിൽ തെളിഞ്ഞുവരുന്ന നക്ഷത്രം അനുവദിച്ചിട്ടില്ല. അതുകൊണ്ട് വലിയ സ്നേഹവും ബഹുമാന

വുമായിരുന്നു ഞങ്ങൾക്കാ നക്ഷത്രത്തോട്.

വൈദ്യുതിവെട്ടം നമ്മുടെ ഗ്രാമത്തിലും തെളിഞ്ഞു. നക്ഷത്രങ്ങളും പുൽക്കൂടുകളും കടയിൽ കിട്ടിത്തുടങ്ങി. അപ്പച്ഛനും അമ്മച്ചിയും വിലയ്ക്ക് കിട്ടുന്ന കാലമായി.

കൃത്രിമമായി ഒന്നും വാങ്ങിച്ചിരുന്നില്ല. ഓരോ ക്രിസ്മസ് രാത്രിയിലും ഒത്തിരി നക്ഷത്രങ്ങളുടെ കൂട്ടത്തിൽ എന്റെ അപ്പച്ഛനെ കൂട്ടിക്കൊണ്ടുപോയ നക്ഷത്രത്തെ നോക്കിയിരുന്നു..."

അമ്മച്ചിയുടെ ഓരോ വാക്കുകളും നുകർന്ന അവളുടെ മനസ്സിലേക്ക് ഒരു കുഞ്ഞുനക്ഷത്രം പിറന്നു. നക്ഷത്രം മരച്ചില്ലകൾക്കുള്ളിൽനിന്ന് ദൂരെ നീലാകാശത്ത് വലുതായി വലുതായി വെളിച്ചം ചൊരിഞ്ഞു. നക്ഷത്രം രൂപാന്തരപ്പെട്ടു. അപ്പച്ഛന്റെ ചുവന്ന കോട്ടും തൊപ്പിയും കിലുങ്ങുന്ന വടിയും പിടിച്ച് സംഗീതം പൊഴിച്ചു. ഏതോ സംഗീതത്തിന്റെ താളവും ലയവും ഭൂമിയിൽ പരന്നു.

"വിണ്ണിലെ മാലാഖമാരേ...

................"

അവൾ പൊടുന്നനെ എഴുന്നേറ്റു അമ്മച്ചിയെ വിളിച്ചു പറഞ്ഞു.

"ദേ, എന്റടുത്തു വന്നു അമ്മച്ചി പറഞ്ഞ നക്ഷത്രം".

"നീയെന്നതാ കൊച്ചേ പറയുന്നേ"

"സത്യമായിട്ടും"

അവൾ ജാലകങ്ങൾ തുറന്നിട്ടു. പുറത്തു പെയ്തിറങ്ങുന്ന മഞ്ഞിലൂടെ വിണ്ണിലെ മാലാഖമാരെ വാഴ്ത്തുന്ന ഗാനവുമായി ആരോ അകത്തേക്ക് വരുന്നു.

# നക്ഷത്രത്തിന്റെ വാക്കുകൾ

**സ**ന്ധ്യമോൾ വീട്ടിലെത്തിയത് നിറംമങ്ങിയ കുറേ ഓർമകളുമായിട്ടാണ്. അപ്പച്ചനോടൊപ്പം ഈ വർഷവും ക്രിസ്മസ് ആഘോഷിക്കാൻ കഴിഞ്ഞില്ല. അതായിരുന്നു അവളുടെ ഏറ്റവും വലിയ സങ്കടവും. കാറ്റുനിറയ്ക്കാത്ത ബലൂണുകളും വാരിക്കൂട്ടിവച്ച പ്ലാസ്റ്റിക് സ്റ്റാറുകളും വെറുതെ നോക്കി ഊമയെപ്പോലെ അവൾ കട്ടിലിനരികിൽ ഇരുന്നു.

"ഇവൾക്കെന്നാ പറ്റി? നാളെ പള്ളിക്കൂടം തുറക്കുവല്യയോ?"

"അമ്മച്ചി നൂറുരൂപ വേണം. ക്രിസ്മസ് ഫ്രണ്ടിന്"

അമ്മച്ചി മെഷിനിലെ നൂലു കോർത്തുകൊണ്ടിരിക്കുമ്പോൾ അവൾ വീണ്ടും വീണ്ടും ഓർമിപ്പിച്ചു. പതിവിന് വ്യത്യസ്തമായി, അമ്മച്ചി അവളെ ശകാരിക്കാതെ മൂലോടുകൾ പൊട്ടിയതിന്റെ ആവലാതികൾ ആരോടെന്നില്ലാതെ പറഞ്ഞുകൊണ്ടിരുന്നു.

ഉമ്മറവാതിൽപരിസരത്ത് കുറ്റിമുല്ലയിൽ തടിച്ചുകൂടിയ ശലഭങ്ങൾക്കൊപ്പം അവളും കൂടി. അവരെല്ലാം അത്തിമരച്ചുവട്ടിലെത്തി. വികലാംഗനെപ്പോലെ നിസ്സഹായനായ അത്തിമരത്തിന്റെ ഒരുഭാഗം നിറയെ ഇലകളാണ്. ഇല

കൾക്കപ്പുറത്ത് ചെറിയ വൃത്തത്തിൽ അവൾ ആകാശം കണ്ടു. അവിടെ നീലാകാശം മാത്രം തെളിഞ്ഞുകിടക്കുന്നു. എപ്പോഴാണാവോ അവിടെ നക്ഷത്രങ്ങൾ തെളിയുക.

മതിലുകൾ ഏതാണ്ട് പൂർത്തിയായി. അതിന് മുകളിൽ ചെറിയ താജ്മഹൽരൂപങ്ങൾ ഉണ്ടാക്കുകയാണ് ശിൽപ്പികൾ. മതിലുകൾക്കപ്പുറത്ത് കൂറ്റൻ കെട്ടിടത്തിന്റെ രണ്ടാംനില അവൾക്ക് കാണാം. വീടിന് ചുറ്റും നിറയെ സ്റ്റാറുകൾ തിളങ്ങുന്നു. പോർട്ടിക്കോയിൽ മിന്നിത്തിളങ്ങുന്ന പുൽക്കൂടിനുള്ളിൽ ഉണ്ണിയേശു പ്രകാശം വിതറുന്നു. നൂറുരൂപ കിട്ടിയിരുന്നെങ്കിൽ. അവളോർത്തു. അത്തിമരച്ചോട്ടിൽ ചിട്ടയായി മരത്തിലേക്ക് കയറുന്ന പുളിയുറുമ്പുകളോട് അവൾ ചോദിച്ചു.

“ഇനിയെന്നാ ഒരു വഴി?”

അവ ഏകാഗ്രതയോടെ വഴിതെറ്റാതെ ഉയരങ്ങളിലേക്ക് പോയി. തണുത്ത കാറ്റിൽ ഇളകിയാടുന്ന ഇലകളോട്, മുറ്റത്തുവന്ന് എച്ചിൽപ്പാത്രത്തിൽ തലയിട്ട് അത്തിമരത്തിലേക്ക് പാഞ്ഞുകയറുന്ന അണ്ണാൻകുഞ്ഞിനോട് ഒക്കെ പറഞ്ഞാലും പറഞ്ഞാലും തീരാത്ത കഥകളുണ്ട് മനസ്സുനിറയെ.

ഒന്നുംപറയാനാവുന്നില്ല. അവളുടെ ഉള്ളുനിറയെ ക്രിസ്മസ് ഫ്രണ്ടിനുള്ള സമ്മാനം എങ്ങനെ കൊടുക്കുമെന്ന വേവലാതിനിറഞ്ഞിരുന്നു.

മനസ്സ് ആകാശത്ത് പറന്നുപറന്ന് ചന്തമുള്ള വെളുവെളുത്ത കുതിരകളെ പൂട്ടിയ ജഡ്ക്കാവണ്ടിയോടൊപ്പം യാത്ര തുടങ്ങി. വെളുത്ത സുന്ദരൻകുതിരകളോടൊപ്പം അവൾ അമ്മച്ചിയെ നോക്കി. അമ്മച്ചി കരകരാ ശബ്ദത്തോടെ ഞരങ്ങുന്ന തയ്യൽമെഷിനു മുന്നിൽത്തന്നെ

കുത്തിയിരിക്കുന്നു. അമ്മച്ചിയുടെ കണ്ണുകൾ അവളുടെ കുതിരവണ്ടിയിലെത്തി. അവളെ തനിച്ചാക്കി കുതിരവണ്ടി അപ്രത്യക്ഷമായി. അവൾ അടുക്കളയിലെത്തിയിരുന്നു. അപ്പോൾ കുറിഞ്ഞിപ്പൂച്ച പാത്രത്തിൽ തലയിട്ട് എന്തോ കടിച്ചുമുറിച്ചു. അവൾ പതുക്കെ പാത്രത്തിന്റെ അടപ്പു തുറന്നു. അപ്പോൾ പൂച്ച ജീവനുംകൊണ്ട് അട്ടത്തെ വിറകുകൾക്കുള്ളിലേക്ക് പാഞ്ഞുകയറി.

അവൾ കിളിവാതിലിലൂടെ അമ്മച്ചിയെ നോക്കി. തുന്നൽ മെഷിന് മുന്നിൽ ചുവന്ന മുഖം ചുക്കിച്ചുളിഞ്ഞു തുടങ്ങിയിരിക്കുന്നു. ആരുടെയോ തുണി വെട്ടിക്കുറച്ച് മനോഹരമായ ഉടുപ്പാക്കി മാറ്റുന്ന അതീവ ശ്രദ്ധയോടെയുള്ള പണിയിലാണ്. ഇനി കുറച്ചുനേരത്തിന് അമ്മച്ചി മറ്റൊന്നും ശ്രദ്ധിക്കില്ല. ആരോടും ഒന്നും മിണ്ടില്ല. ചോദിച്ചാൽ ഉത്തരമുണ്ടാവില്ല.

അവൾ ബാഗെടുത്ത് പൂച്ചക്കുട്ടിയെ തൂക്കിക്കൊണ്ടു പോകുന്നതുപോലെ വീടിന്റെ പിന്നാമ്പുറത്തേക്ക് പോയി. ചുറ്റും ആരുമില്ലെന്ന് ഉറപ്പാക്കി. വൻമതിലിനുമുകളിൽ ഇരിക്കുന്ന കാക്കകളെ ആട്ടിയോടിച്ചു. പലതവണ ചെരുപ്പുകുത്തി തുന്നിപ്പിടിപ്പിച്ച ബാഗ് തുറക്കാൻ എളുപ്പമായി. നീല ടൗവലിൽ പൊതിഞ്ഞ പഴയ പത്തിന്റെ നോട്ടുകൾ എണ്ണിനോക്കി. പിന്നെയും പിന്നെയും എണ്ണിനോക്കി. നൂറ് തികയുന്നില്ല.

ക്രിസ്മസ് ഫ്രണ്ടിന് സമ്മാനം വാങ്ങിക്കാൻ നൂറുരൂപ തികയുന്നില്ല. അവൾ സങ്കടത്തോടെ ബാഗിനുമുന്നിലിരിക്കുമ്പോൾ കൈക്കുമ്പിളിലേക്ക് നിലാവുപോലെ ഒരു സ്വർണവെളിച്ചം നീണ്ടുവന്നു. അവൾ ഭീതിയോടെ ആകാശത്തേക്ക് നോക്കി.

അത്തിമരത്തിന്റെ ഇലച്ചാർത്തുകൾക്കിടയിൽ

തെളിഞ്ഞ കുഞ്ഞുനക്ഷത്രം ഇതാ ഇറങ്ങിവരുന്നു. “കർത്താവേ”, അവൾ വിളിച്ചു. ശബ്ദം പൊങ്ങിയില്ല. നക്ഷത്രക്കുഞ്ഞിന്റെ രൂപം മാറിമാറി നീണ്ടമുടിയും ശുഭ്ര വസ്ത്രവുമണിഞ്ഞ മാലാഖയുടേതായി. തിളങ്ങുന്ന കണ്ണുകളിൽ പ്രകാശംപൊഴിച്ചുകൊണ്ട് സ്നേഹത്തോടെ അവളെ വാരിയെടുത്ത് മാലാഖ പറഞ്ഞു.

“അരുത് മോളേ, ഈ മാർഗം ഉപേക്ഷിക്കൂ”.

അവൾക്ക് വിറയ്ക്കുന്ന ചുണ്ടുകളിൽ ശബ്ദം പിറന്നില്ല. ബാഗ് പതുക്കെ താഴെവച്ച് പത്തുരൂപയുടെ നോട്ടുകൾ പൊതിഞ്ഞ് അതേപോലെ ബാഗിൽവച്ചു. അമ്മച്ചിയുടെ ബാഗ് ഭദ്രമായി അകത്തുകൊണ്ടുപോകാൻ തുടങ്ങിയപ്പോൾ നക്ഷത്രം സ്നേഹത്തിന്റെ ഏതോ ഗാനം പാടി. പൂക്കളുടെ മഴയായി, ഇളംകാറ്റായി ആകാശത്തു പോയി തിളങ്ങുന്നത് അവൾ നോക്കിയിരുന്നു.

നക്ഷത്രം ആകാശത്തിന്റെ കോണിലെവിടെയോ പോയി മറഞ്ഞപ്പോൾ അവൾ ഓടി അമ്മച്ചിയുടെ അടുത്തെത്തി.

“അമ്മച്ചീ, ഞാൻ നക്ഷത്രത്തെ കണ്ടു. തൊട്ടറിഞ്ഞു. അമ്മച്ചി ഒരിക്കൽ പറഞ്ഞിരുന്നില്ലേ...”

നൂലുകൾ ചുറ്റുന്ന തിരക്കിൽ അമ്മച്ചി അവൾ പറഞ്ഞതൊന്നും ശ്രദ്ധിച്ചില്ല. അരിശം തലയ്ക്ക് പിടിച്ചപ്പോൾ അവൾ പറഞ്ഞു.

“നാളെ സ്കൂള് തുറകാ പൊന്നമ്മച്ചീ...”

“അതിനെന്നാ?”

“ക്രിസ്മസ് ഫ്രണ്ടിനുള്ള സമ്മാനം”

“ഓ, അതാണോ, അമ്മച്ചി അതേറ്റിരിക്കുന്നു. ഈ ജോലിയൊന്ന് തീർത്തോട്ടെ”

പുറത്ത് വെയിൽനാളങ്ങൾ ചുവന്നുതുടങ്ങി. മതിലി

നപ്പുറം വാഹനത്തിന്റെ ഇരമ്പൽ ഇടക്കിടെ ഉയർന്നും താണും നിശ്ചലമായി. ഈ വർഷത്തെ ക്രിസ്മസ് ആഘോഷം ഒരു നീറ്റലായി അവളുടെ മനസ്സിൽ പടർന്നു കയറി. അപ്പച്ചൻ ഇനി എന്നാണാവോ തിരിച്ചെത്തുക. അവൾ ചിത്രശലഭങ്ങൾക്കൊപ്പം പാട്ടുപാടി ചുവടുവച്ച് അത്തിമരച്ചുവട്ടിലെത്തി. ശലഭങ്ങൾ എങ്ങോ പറന്നുപോയി. പാട്ടുപാടാനും ചിത്രംവരയ്ക്കാനും വന്നിരിക്കുന്നത് അത്തിമരച്ചോട്ടിലാണ്. മതിലിനപ്പുറത്തെ വലിയ ആരവങ്ങളൊക്കെ നിശ്ചലമായി. ക്രിസ്മസ് ആഘോഷങ്ങളിൽനിന്നു മാറി ആളുകൾ അതിവേഗം യാത്ര തുടങ്ങിയിരിക്കുന്നു. എങ്ങോട്ടാണാവോ മനുഷ്യരുടെ ഈ മരണപ്പാച്ചിൽ!

മരച്ചുവട്ടിലിരുന്ന് ഇലകൾക്കിടയിലെ നേർത്ത വിടവിലൂടെ അവൾ ആകാശത്തെ കണ്ടു. ചുവന്ന വർണം വിതറിയ ആകാശത്തിന്റെ മടിത്തട്ടിൽ എവിടെയെങ്കിലും അമ്മച്ചിയുടെ കുഞ്ഞുനക്ഷത്രമുണ്ടോ? ഒന്നും കാണുന്നില്ല. എവിടെയാണാവോ ഒളിച്ചിരിക്കുന്നത്? ഇനി എപ്പോഴാണാവോ രൂപംമാറി താഴേക്കുവരിക. അവൾക്ക് മരച്ചുവട്ടിലെ ചുവന്ന പകലിനെ നോക്കാൻ പേടി തോന്നി. അയ്യേ! നക്ഷത്രങ്ങളെ പേടിക്ക്യേ. പിന്നെയും പിന്നെയും ആകാശത്തിന്റെ വർണങ്ങളിൽ കണ്ണും നട്ട് അവിടെയെങ്ങാനും കുഞ്ഞുനക്ഷത്രമുണ്ടോയെന്ന് നോക്കിയിരിക്കുമ്പോൾ ആരോ വിളിച്ചു.

# ക്രിസ്മസ് സമ്മാനം

**സ്**കൂൾമുറ്റത്ത് പടർന്നുകിടക്കുന്ന തണൽമരങ്ങൾക്ക് ചുവട്ടിൽ കൂട്ടുകാരോടൊപ്പം അവൾ ചെന്നത് എന്തെങ്കിലും കളിക്കാനായിരുന്നു. പത്തുനാൾക്കുശേഷമാണ് സ്കൂൾ തുറന്നത്. ക്രിസ്മസ് ആഘോഷിച്ചെത്തിയ ആർക്കും ഉത്സവത്തെപ്പറ്റി ഒന്നും പറയാനില്ല. റാങ്കിന്റെ കയറ്റിറക്കങ്ങളെ ഭയപ്പെടുകയാണ് ഓരോരുത്തരും. മൂന്നാംറാങ്കിൽ നിന്ന് ഒന്നിലേക്കെത്തിയ റോസ്‌ലിയോട് അന്നമ്മ കുറച്ചുനാളായി മിണ്ടാറേയില്ല. പുതിയ റാങ്കുകൾ വരുമ്പോൾ ആരൊക്കെ മിണ്ടാതിരിക്കുമാവോ? റോസ്‌ലി ഒരു പാവമാണ്. അവളതിനൊന്നും പറയാറില്ല. ആരോടും പരാതിപ്പെടാറില്ല.

ഒന്നാംബെല്ലിന്റെ ശബ്ദംകേട്ട് കുട്ടികൾ ചിട്ടയോടെ ക്ലാസ്മുറികളിലെത്തി. അവർക്ക് എപ്പോഴും പേടിയാണ്. അവരുടെ ഓരോ ചലനവും എങ്ങനെയെന്ന് സ്കൂളിൽ ചിട്ടപ്പെടുത്തിവച്ചിട്ടുണ്ട്. അതിനപ്പുറമോ ഇപ്പുറമോ ആയിക്കൂടാ. പ്രാർഥനയുടെ താളം ഗ്രൗണ്ടിലേക്ക് ഒഴുകി. തണുത്ത കാറ്റിനൊപ്പം ബദാംമരത്തിലെ ഇലകൾ സംഗീതം പൊഴിച്ചു.

ഹാജർ പുസ്തകവും വടിയും ഡസ്റ്ററുമായി ക്ലാസ് മിസ് വരാന്തയിൽനിന്ന് പതുക്കെ ക്ലാസ് മുറിയിലേക്ക് വന്നു.

ആദരവോടെ ക്ലാസ് മുഴുവൻ എഴുന്നേറ്റുനിന്നു.

"ഗുഡ്മോണിങ്ങ് മിസ്"

"യേസ്, ഗുഡ്മോണിങ്ങ്, സിറ്റ്ഡൗൺ"

ക്ലാസ്മുറിയിൽ പൂർണനിശ്ശബ്ദത. സൂചി വീണാൽ കൃത്യമായി കേൾക്കാം. മിസ് എല്ലാവരെയും ഒന്ന് നോക്കി. അപരിചിതരെപ്പോലെയുള്ള നോട്ടം. കുട്ടികളിൽ അത്ഭുതമായി. ഹാജർപുസ്തകം മേശപ്പുറത്ത് നിവർത്തി വച്ച് ക്രമത്തിൽ പേരു വിളിച്ചു. സ്കൂൾ തുറന്നിട്ടും ഹാജരാവാത്ത കുട്ടികളെപ്പറ്റി ചോദിച്ചറിഞ്ഞ് ക്ലാസിലെ ഒരാളായി മാറിയപ്പോൾ കുട്ടികൾക്ക് സമാധാനമായി. ചിലപ്പോൾ മിസ്സിന്റെ പ്രകൃതം ആളെ കാണാത്തതുപോലെയാണ്. ഒന്നും പറയില്ല, ഒന്നും കേൾക്കില്ല.. അന്ന് ഉറപ്പാണ് പലഭാഗത്തുനിന്ന് ചോദ്യം ചോദിക്കുമെന്ന്. ഉത്തരം പറഞ്ഞില്ലെങ്കിൽ ചൂരൽപ്രയോഗവും ഉണ്ടാകും.

"അർജുനെന്തുപറ്റി?"

"നാട്ടിൽ പോയിട്ട് എത്തിയിട്ടില്ല". രമേശൻ പറഞ്ഞു.

"നിത്യക്ക് പനിയാണു സാർ"

ക്ലാസ് മുഴുവൻ പതുക്കെ പുതുവർഷത്തിന്റെ ആരവങ്ങളിലേക്ക് മാറി. മിസ്സും കുട്ടികളും എല്ലാ അതിർവരമ്പുകളും കടന്നു. അവർ പിന്നെയും മിസ്സിന്റെ വാക്കുകൾക്കു കാതോർത്തു.

പത്തുനാളത്തെ അനുഭവങ്ങൾ പങ്കുവച്ച് ചോദിച്ചു.

"എല്ലാവരും ക്രിസ്മസ് ഫ്രണ്ടിനുള്ള സമ്മാനവുമായിട്ടല്ലേ വന്നത്?"

"യേസ് മിസ്"

"എല്ലാവരും അത് ഷെൽഫിൽ എടുത്തുവച്ചോളൂ. ലാസ്റ്റ് പിരിയഡ് തുറക്കാം".

കുട്ടികൾ ബാഗ് തുറന്ന് സമ്മാനപ്പൊതികൾ മേശപ്പുറത്തുവച്ചു. കമനീയമായ പായ്ക്കറ്റുകൾ ഓരോന്നും ആസ്വദിച്ച് എണ്ണി തിട്ടപ്പെടുത്തി മിസ് തന്നെ സന്തോഷത്തോടെ ഷെൽഫിൽ അടുക്കിവച്ചു. ഷെൽഫിൽ ഉണ്ടായിരുന്ന ലൈബ്രറി പുസ്തകങ്ങൾ തൽക്കാലം പുറത്തെടുത്തുവച്ചു. മൂന്നുതവണ എണ്ണിനോക്കി മിസ് ചോദിച്ചു.

"ഒരാൾ വെറുകൈയോടെ വന്നിട്ടുണ്ടല്ലോ?"

സന്ധ്യമോൾ സീറ്റിൽനിന്ന് പൊങ്ങി. ദേഹം മുഴുവൻ ഒരു മരവിപ്പ്. അമ്മച്ചിയോട് പറഞ്ഞതാ, അപ്പച്ചനോടും പറഞ്ഞതാ. ആരും അവളെ സഹായിച്ചില്ലെന്ന് തോന്നൽ അവളെ വല്ലാതെ വേദനിപ്പിച്ചു.

"നീ മാത്രമേ വെറുകൈയോടെ വന്നുള്ളൂ?"

അവൾ തലതാഴ്ത്തിനിന്നു. മറുപടിയൊന്നും കിട്ടാത്തതുകൊണ്ടോ എന്തോ, മിസ് അവളെ നേരെ നോക്കെടീയെന്ന് പറഞ്ഞ് വടി ഓങ്ങി. പൊട്ടിയില്ല. ഭീതിയോടെ അവൾ കരയാൻ തുടങ്ങി. മിസ് അവളെ സ്നേഹത്തോടെ അടുത്തേക്ക് വിളിച്ച് പറഞ്ഞു.

"നേരെ നോക്കാത്തതുകൊണ്ടല്ലേ മിസ് വഴക്കുപറഞ്ഞത്"

"അമ്മച്ചി നാളെ വാങ്ങിച്ചുതരാന്നാ പറഞ്ഞത്"

"അതിനെന്തിനാ കൊച്ചേ കരയുന്നേ..."

"നമുക്ക് പ്രസന്റേഷൻ നാളെ തുറക്കാം. മോള് നാളെ കൊണ്ടുവന്നാൽ മതി."

സിറ്റ്ഡൗൺ.

അവൾ നെടുവീർപ്പോടെ സീറ്റിലിരുന്നു. മേശപ്പുറത്ത് തലവെച്ച് തേങ്ങിത്തേങ്ങിക്കരഞ്ഞു.

മിസ്സിന്റെ സാന്ത്വനം അവളെ സങ്കടങ്ങളിൽനിന്ന് മോചിപ്പിച്ചു. എന്നാലും സ്വർണവർണമുള്ള എത്ര പായ്ക്കറ്റുകളാണ് കുട്ടികൾ കൊണ്ടുവന്നിരിക്കുന്നത്. ക്ലാസ് മുഴുവൻ തങ്ങളുടെ കൂട്ടുകാർക്ക് കിട്ടാനുള്ളത് എന്താവുമെന്ന ചിന്തയിലാണ്. മിക്കവാറുംപേർ പട്ടണത്തിലെ ഷോപ്പിങ്ങ്മാളിൽനിന്നാണ് പായ്ക്കറ്റ് എത്തിച്ചിരിക്കുന്നത്. അവൾ കാരണം സമ്മാനവിതരണം അടുത്തദിവസത്തേക്ക് മാറ്റിയത് ആർക്കും ഇഷ്ടപ്പെട്ടില്ല. പുറത്തുവിട്ടപ്പോൾ അടുത്ത കൂട്ടുകാർപോലും അവളെ ശകാരിച്ചു.

“എന്നാടീ, നീ ഇങ്ങോട്ടെന്നാ കിട്ടുമെന്നറിയാനാ..”

“പോടീ...”

അവളുടെ മുഖം കനത്തു.

വിശ്രമവേള അങ്ങനെ പറഞ്ഞും എതിർവാക്കു പറഞ്ഞും അവളെ നോവിച്ചു കടന്നുപോയി. ഉച്ചച്ചൂടിൽ ആരും അവളെ അധികനേരം കളിക്കാൻ കൂട്ടിയില്ല. ആരോടും യാചിച്ചുചെല്ലാനും അവൾ നിന്നില്ല. ബദാംമരച്ചുവട്ടിലും കുരിശുപള്ളിയുടെ പടിയിലും ഇരുന്ന് അവൾ വിശ്രമവേള തള്ളിനീക്കുകയായിരുന്നു. പി.ടി. പിരിയേഡിൽ എല്ലാവരും പുറത്തുപോയപ്പോഴും അവൾ ക്ലാസുമുറിയിൽ തന്നെ കഴിച്ചുകൂട്ടി. പി.ടി. സാറിനോട് നല്ല സുഖമില്ല എന്നുപറഞ്ഞു ക്ലാസ്സിൽത്തന്നെ ഇരുന്നു. വെറുതെ ചില്ലലമാരയിലെ ഗിഫ്റ്റ് പായ്ക്കറ്റിലൂടെ കണ്ണോടിച്ചു. അപ്പോൾ നാളെയും അമ്മച്ചി ഒന്നും വാങ്ങിച്ചുതന്നില്ലെങ്കിൽ എന്തുപറയുമെന്ന ആധിയായിരുന്നു അവളുടെ ഉള്ളുനിറയെ. പിൻബെഞ്ചിലെ റാണിമോളുടെ

പെൻബോക്സ് അവൾ വെറുതെ തുറന്നു. എത്ര പേന കളാണ് ഈ കുട്ടിക്ക്? ഒരെണ്ണം എടുത്ത് വർണക്കടലാസിൽ പൊതിഞ്ഞ് മിസ്സിന് കൊടുത്താലോ? അല്ലെങ്കിൽ വേണ്ട. അവളുടെ ടിഫിൻബോക്സിലെ സ്വർണനിറമുള്ള കറിപ്പാത്രമെടുക്കാം. സ്റ്റിക്കർപോലും പോവാത്ത പുതിയ പാത്രം.

അവൾ ജാലകത്തിലൂടെ സ്കൂൾ മുറ്റത്തേക്ക് നോക്കി. എല്ലാ കുട്ടികളും തിരക്കുപിടിച്ച കളിയിലാണ്. അവരുടെ ആർപ്പുവിളികൾ കേട്ട് ഇടയ്ക്ക് എച്ച്.എം. വരാന്തയിലേക്കിറങ്ങി നോക്കുന്നു. റാണിയുടെ സ്വർണപ്പാത്രം അടിച്ചുമാറ്റാൻ പറ്റിയ നേരം. സ്വർണവർണമുള്ള മനോഹരമായ പാത്രം ക്രിസ്മസ് ഫ്രണ്ടിന് കൊടുക്കാം. കൂജ പോലെ തോന്നിക്കുന്ന ചെറിയ പാത്രം എടുത്ത് ആരെയും കാണാതെ വീട്ടിലെത്തിക്കണം. അവൾ പതുങ്ങിച്ചെന്ന് ചുറ്റുംനോക്കി. ആരുമില്ലെന്ന് ഉറപ്പുവരുത്തി സ്വർണപ്പാത്രം എടുക്കാൻ കൈനീട്ടി. പെട്ടെന്ന് കൈകൾ നിശ്ചലമായി. ദേഹം ആരോ പിടിച്ചുവലിക്കുന്നതുപോലെ. തല അമ്പരക്കുന്നു.

സ്വർണവർണം നിറം മങ്ങി. പാത്രം നരച്ചുവെളുത്തിരിക്കുന്നു.

“എന്റെ മാതാവേ...”

അവൾ ആകെ തളർന്നു താളുപോലെയായി.

കണ്ണു തുറന്നപ്പോൾ ചുറ്റും കുട്ടികളുണ്ട്. മിസ് അവളെ പുറത്തേക്ക് കൊണ്ടുപോയി മുഖം കഴുകി തുടച്ചുകൊടുത്തു. അവൾ വെറുതെ ആകാശത്തുനോക്കി. കാർമേഘങ്ങൾക്കിടയിൽ ഒരു തെളിച്ചം അവൾ കണ്ടു. അത്തിമരത്തിന്റെ ചില്ലകൾക്കിടയിൽ തെളിഞ്ഞ നക്ഷത്രത്തിന്റെ

തെളിച്ചംപോലെ.

"അരുതാത്തതൊന്നും നമുക്കു വേണ്ടായേ..."

അവളുടെ മനസ്സിൽ തെളിഞ്ഞ അക്ഷരങ്ങൾക്ക് സ്വർണത്തിന്റെ തിളക്കമായിരുന്നു.

# മതിലുകളില്ലാത്ത ലോകം

**പ**തിവിലും വൈകിയാണ് സന്ധ്യമോൾ സ്കൂളിൽനിന്നെത്തിയത്. അമ്മച്ചി പ്രത്യേകം സൂക്ഷിച്ചിരുന്ന ഔലോസുണ്ട ഒരെണ്ണം വായിലിട്ട് അവൾ മതിലിനടുത്തേക്ക് പോയി. അയൽവീട്ടിലെ അവളുടെ കൂട്ടുകാരി ലിസയും കളിക്കാനുള്ള തയ്യാറെടുപ്പോടെ എത്തിയിരുന്നു. ചുറ്റും വൻമതിൽ പൊങ്ങിയശേഷം വല്ലപ്പോഴും മാത്രമേ അവളും കളിക്കാൻ കൂടൂ. വീടിനു ചുറ്റും ഉയർന്ന വൻമതിൽ, വലിയ അകൽച്ച കുട്ടികൾക്കിടയിൽ വരുത്തിവച്ചു. മതിലിനുപുറത്തെ വിശേഷങ്ങളുമായിട്ടാണ് ലിസി എത്താറുള്ളത്. ചെറിയ വലിയ സങ്കടങ്ങളാണ് അവൾക്കെപ്പോഴും പറയാനുണ്ടായിരുന്നത്.

“ദേ, നോക്കിയേ, എന്റെ ക്ലാസിലെ ഉണ്ണിമായ ഉണ്ടാക്കിയതാ”.

ലിസി ചുവന്ന കടലാസു പൂവുകൾ അവളെ കാണിച്ചു. കൗതുകത്തോടെ അവളതു നോക്കിയിരിക്കുമ്പോൾ മതിലിനപ്പുറത്തുനിന്ന് മായേച്ചി വിളിച്ചു.

ലിസിയുടെ വീട്ടിലെത്തിയ പുതിയ സർവന്റ്. കണിശമായ നിയന്ത്രണങ്ങൾ. അവരുടെ കണ്ണുവെട്ടിച്ചാണ് ലിസി കളിക്കാനെത്തിയത്. പുറംലോകത്തിറക്കാതെ

അകത്തെ പഠനമുറിയിലും കമ്പ്യൂട്ടർ ഗെയിമിലും മാത്രം തളച്ചിട്ടിരിക്കുകയാണ് മായേച്ചി.

ലിസിയെ വീണ്ടും വിളിച്ചു. അവൾ ഭീതിയോടെ ചുറ്റും നോക്കി. വൻമതിലുകൾ ഉയർന്നുയർന്ന് ആകാശം മുട്ടുന്നതുപോലെ തോന്നി അവൾക്ക്. പുറത്തേക്കിറങ്ങാൻ, എല്ലാ വഴികളും അടഞ്ഞ് ഒറ്റക്ക് ഇരുട്ടുപരന്ന മുറിയിൽ അകപ്പെട്ടപോലെ. വീട്ടിലുള്ള എല്ലാവരെയും അവൾക്ക് പേടിയാണ്. ഒന്നു പുഞ്ചിരിക്കാൻപോലും കഴിയാതെ അവൾ വീട്ടിലേക്കോടി.

അത്തിമരച്ചോട്ടിൽ സന്ധ്യമോൾ തനിച്ചായി. ആകാശത്ത് നീലമേഘങ്ങൾ ഇരുണ്ടുകൂടി. സൂര്യവെളിച്ചം മങ്ങി. അവൾ അപ്പോഴൊക്കെ തന്റെ പൊന്നുനക്ഷത്രത്തെ തിരയുകയായിരുന്നു. നീലമേഘങ്ങൾ മാറി പകൽവെളിച്ചം തെളിഞ്ഞു. എപ്പോഴാണ് സ്നേഹത്തിന്റെ നിലാവായി, കുളുർമയായി നക്ഷത്രം തിളങ്ങിയത്? അവൾ അത്തിമരച്ചോട്ടിൽ മേലോട്ടുനോക്കിയിരുന്നു. കുഞ്ഞുനക്ഷത്രത്തിന്റെ വെളിച്ചത്തിനായി കാത്തിരുന്നു. എത്രവിളിച്ചിട്ടും എത്ര പറഞ്ഞിട്ടും നക്ഷത്രക്കുഞ്ഞു വന്നില്ല. അപ്പോൾ മരക്കൊമ്പിൽ ഊഞ്ഞാലാടി കണ്ണടച്ചുതുറന്ന് മീശവിറപ്പിച്ച് അണ്ണാൻകുഞ്ഞ് ഇറങ്ങിവന്നു പറഞ്ഞു.

"ഞങ്ങളെല്ലാം പോവ്വാണ്?"

"എങ്ങോട്ട്?"

"മനുഷ്യരില്ലാത്ത ഏതെങ്കിലും ലോകത്ത്".

"എന്തേ പറ്റി നിനക്ക്?"

"കണ്ടില്ലേ, എന്റെ വലത്തേ കണ്ണ് എറിഞ്ഞു തകർത്തു".

കൂടുവിട്ട് ചിറകടിച്ച് പച്ചക്കിളി പറഞ്ഞു.

"എന്റെ കുടുംബത്തിലുള്ളവരെ മുഴുവൻ പിടിച്ചുകൊ

ണ്ടുപോയി. കൂട്ടിലാക്കി വിൽക്കാത്രേ. ഇനീപ്പോ നെല്ലും നെൽകൃഷിയും ഇല്ലാത്ത ഈ നാട്ടിൽനിന്ന് എങ്ങോട്ടെങ്കിലും പോകണം. ഞങ്ങളെ കൂട്ടിലിടുന്നത് പാട്ടുപാടിത്തരാനും താലോലിക്കാനുമല്ല. ഞങ്ങളും മനുഷ്യരില്ലാത്ത ഒരു ലോകത്തേക്ക് പറന്നുപോവ്വാ."

മരത്തിലെ ഓരോ കിളികളും പറഞ്ഞു.

മനുഷ്യരില്ലാത്ത ഒരു ലോകം.

ഓരോ കിളികളും സ്വപ്നം കണ്ടു.

മനുഷ്യരില്ലാത്ത ഒരു ലോകം.

അങ്ങനെ ഒരു സ്ഥലം ഉണ്ടാകുമോ? വായുവും വെള്ളവും മണ്ണും ഉള്ളിടത്തെല്ലാം മനുഷ്യരില്ലേ! അങ്ങനെ ഒരു സ്ഥലം ഉണ്ടായിരുന്നെങ്കിൽ എന്ന് അവൾക്ക് തോന്നി.

അവിടെ മതിലുകളുണ്ടാകില്ലല്ലോ. മതിലുകൾക്കപ്പുറത്ത് കുട്ടികളെ കണ്ണുരുട്ടിനിർത്തുന്ന സെർവന്റുകളും കുന്നുകൾ കുഴിക്കുന്ന യന്ത്രങ്ങളും മരങ്ങൾ പിഴുതിടുന്ന യന്ത്രത്തിന്റെ ചക്രം തിരിക്കുന്നവരും ഉണ്ടാവില്ലല്ലോ.

വെറുതെ ഓരോ വിചാരങ്ങളെന്നല്ലാതെ അതൊന്നും സത്യമാവില്ലെന്ന് തോന്നി. മരത്തിലെ ചാഞ്ചാടുന്ന പക്ഷികളോട് കിന്നാരം പറഞ്ഞ് ഒറ്റക്കണ്ണൻ അണ്ണാനെ വിളിച്ചുകൂവി അവരോടൊക്കെ സങ്കടങ്ങൾ പറഞ്ഞ് യാത്ര പറഞ്ഞുവീട്ടിലെത്തി. ഉമ്മറത്ത് ഇത്തിരി കനപ്പിച്ച മുഖവുമായിട്ടാണ് അമ്മച്ചി നിൽക്കുന്നത്.

"നീയെന്നാ പണിയാ മോളേ കാണിച്ചേ"

"എന്നാമ്മച്ചീ"

"ഞാനെത്ര ബുദ്ധിമുട്ടിയാ പ്രസന്റേഷൻ ശരിയാക്കിയതെന്നറിയാമോ നിനക്ക്. അതു കൊണ്ടുപോകാതെയല്ലേ നീ പോയത്".

"നേരാണോ അമ്മച്ചീ"

"അതാ പൊതിഞ്ഞുവച്ചിരിക്കുന്നു".

"ഈട്ടിമരത്തിൽ തീർത്ത ശിൽപം; യേശുവിന്റെ ക്രൂശിതരൂപം".

"എവിടുന്നാ അമ്മച്ചീ"

"ഇത് നമ്മുടെ കുഞ്ഞനാശാരി ഉണ്ടാക്കിയതാ. അതിന് ഒന്നും വാങ്ങിച്ചിട്ടില്ല".

അവൾ ശില്പം മേശപ്പുറത്തുവച്ച് തിരിച്ചും മറിച്ചും നോക്കി. എത്ര മനോഹരം! അവൾ ശില്പത്തിന്റെ ഭംഗിയിൽ ലയിച്ചിരിക്കുമ്പോൾ അമ്മച്ചി വിളിച്ചുപറഞ്ഞു.

"ഇങ്ങുകൊണ്ടുവാ, പായ്ക്കറ്റിലാക്കാം".

ശില്പം വർണക്കടലാസു കൂട്ടിലാക്കി പായ്ക്കറ്റിനു പുറത്ത് പേരെഴുതി.

അവൾ പൂത്തിരിപോലെ പൊട്ടിച്ചിരിച്ചു. ആഹ്ലാദം കൊണ്ട് തുള്ളിച്ചാടി. മുറ്റത്ത് ചെറിയ കമ്പെടുത്ത് കള്ളി വരച്ചു. കൂട്ടുകാരാരുമില്ലാത്ത കളത്തിൽ പിഞ്ഞാണപ്പൊട്ട് നീട്ടിയിട്ട് കക്കു കളിച്ചു. ഒറ്റക്കാലിൽ അഭ്യാസിയെപ്പോലെ നിന്ന് ചാടിച്ചാടി കള്ളികളിൽ അവൾ നിറഞ്ഞു. മനസ്സ് നിറഞ്ഞു. കിളികൾ പറന്നുവന്നു. അവർ അത്തിമരത്തിലിരുന്ന് അവളുടെ ചുവടൊപ്പിച്ച് പാട്ടുപാടി.

അപ്പോൾ കിളികളെ താളംതെറ്റിച്ച് അണ്ണാൻകുഞ്ഞ് ഇറങ്ങിവന്ന് അവളെ കണ്ണുവെട്ടിച്ചൊന്നു നോക്കി. കിളികൾ പാട്ടുനിർത്തി കൂട്ടത്തോടെ അണ്ണാൻകുഞ്ഞിനെ ശകാരിച്ചു. അവൻ പേടിച്ച് തൊട്ടടുത്ത വാഴയിലയിൽ തൂങ്ങിപ്പിടിച്ച് മാണിത്തട്ടയിൽ പാഞ്ഞുകയറി. മാണിത്തട്ടയിലെ പോള അടർത്തി തേൻകുടിച്ച് വയറുനിറച്ച് താഴേക്ക് നോക്കി.

സന്ധ്യമോൾ ഒറ്റയ്ക്ക് കളിക്കുന്നു.

വാഴക്കുലയുടെ മുകളിൽ കയറിയിരുന്ന് അവൻ വിളിച്ചുപറഞ്ഞു.

"നിന്റെ കൂട്ടുകാരി മതിലിനപ്പുറത്തിരുന്നു കരയുന്നു. നീ അങ്ങോട്ടു പോകുന്നില്ലേ?"

"ഇല്ല കണ്ണാ"

"അതെന്താ?"

"ഈ മതിലിനപ്പുറത്തേക്ക് നമുക്കു കടക്കാനാവില്ലല്ലോ".

"നീ താഴേക്കിറങ്ങിയാൽ ഒന്നിച്ചു കളിക്കാം".

"അയ്യോ എനിക്കു പേടിയാ"

"എന്തെന്നാ"

"അടുത്ത കണ്ണും പൊട്ടിച്ചാലോ"

അവൻ പേടിച്ചരണ്ട് വാഴക്കൂട്ടത്തിലൂടെ ഓടിച്ചാടി അത്തിമരത്തിന്റെ മണ്ടയിലെത്തി. അവന്റെ പിറകെ അവളുടെ കണ്ണുകളും. ദൂരെ എവിടെയെങ്കിലും നക്ഷത്രക്കുഞ്ഞു വരുന്നുണ്ടോ. അവനും മറന്നുകാണുമെന്ന് പറഞ്ഞ് അവൾ അമ്മച്ചിയുടെ അടുത്തേക്ക് പോയി. അമ്മച്ചി തുന്നൽ മിഷ്യന്റെ ചക്രം ചലിപ്പിച്ച് ഒരു കുട്ടിക്കുപ്പായം തുന്നിക്കൊണ്ടിരിക്കുകയാണ്. പുത്തനുടുപ്പ് ആരുടേതെന്ന് ചോദിക്കണമെന്നുണ്ടായിരുന്നു. ഒന്നും ചോദിച്ചില്ല. മനസ്സുനിറയെ സന്തോഷം. ശില്പത്തിനെ എത്രയും പെട്ടെന്ന് സ്കൂളിലെത്തിക്കാനുള്ള മോഹമായിരുന്നു, ഇരിക്കുമ്പോഴും നടക്കുമ്പോഴും മനസ്സുനിറയെ.

# കുഞ്ഞുതാരകങ്ങളുടെ ഭൂമി

**നി**റയെ കുട്ടികളെയുംകൊണ്ട് ഓട്ടോ സ്കൂളിന് മുന്നിൽ നിരങ്ങിമൂളിനിന്നു. ഗേറ്റിന് പിന്നിലെ കുരിശുപ ള്ളിയിൽ മെഴുകുതിരി എരിഞ്ഞുകൊണ്ടിരുന്നു. നിരനി രയായി ജ്വലിച്ചുകൊണ്ടിരിക്കുന്ന മെഴുകുതിരി കുരിശു പള്ളിക്കുള്ളിൽ സൂര്യപ്രകാശം തീർത്തിരിക്കുന്നു.

ആരുടെയോ പ്രത്യേകനേർച്ചയായിരിക്കണം. ചില ദിവ സങ്ങളിൽ കുരിശുപള്ളിയിൽ ദീപം അണയാറേയില്ല. ഏതോ ഒരു അപ്പൂപ്പൻ കുരിശുപള്ളിക്കുമുൻപിൽ പ്രാർഥ നാനിരതനായിരിക്കുന്നു. ബൈബിൾ വാക്യങ്ങൾ അയാൾ ഉരുവിട്ടുകൊണ്ടേയിരിക്കുന്നു. സ്വർഗരാജ്യത്തിനുവേണ്ടി അയാൾ കണ്ണീരൊലിപ്പിക്കുന്നു.

സ്കൂൾ ഗേറ്റ് കടന്ന് കുട്ടികളെല്ലാം വന്നുതുടങ്ങി. മുതു കത്ത് ബാഗ് തൂങ്ങി കനം താങ്ങാനാവാതെ കുമ്പിട്ടു ചാഞ്ഞുനടക്കുന്ന കുട്ടികളാണധികവും. വരാന്തയിലും ക്ലബ്ബ് മുറിയിലും പൊട്ടിച്ചിരിയുടെ ആരവങ്ങളുയർന്നു. ഹെഡ്മിസ്ട്രസ് ഓഫീസിൽനിന്ന് വരാന്തയിലേക്കിറങ്ങി കറുത്ത കണ്ണടക്കുള്ളിലൂടെ സ്കൂൾ കോമ്പൗണ്ട് മുഴു വൻ കണ്ടു. കറുത്ത കണ്ണടദൃഷ്ടിയിൽ പെട്ടവരൊക്കെ ജീവനുംകൊണ്ട് ക്ലാസ്മുറികളിലേക്ക് പാഞ്ഞുപോയി. ഹെഡ്മിസ്ട്രസിനെ സ്കൂളിലെ കുട്ടികൾക്ക് പേടിയാ

ണ്. തടിച്ച ദേഹത്ത് ഞൊറിഞ്ഞിട്ട വെളുത്ത ളോഹയും തിളങ്ങുന്ന പ്രകാശം വിതറുന്ന കുരിശുമാലയും എല്ലാവർക്കും പരിചിതമാണ്. സദാസമയം സ്കൂളിനെക്കുറിച്ചുള്ള ശ്രദ്ധ അവർക്കെപ്പോഴും ഉണ്ടാവുക പതിവാണ്.

അനാവശ്യമായി ഒരു കുട്ടിപോലും സ്കൂൾമുറ്റത്ത് ഉണ്ടായിക്കൂട. അവളും ആരെയും കാത്തുനിൽക്കാതെ ക്ലാസ്മുറിയിലേക്ക് ചെന്നു. മിക്ക കുട്ടികളും ക്ലാസ്മുറിയിലെത്തിയിരിക്കുന്നു. അവരുടെ കണ്ണുകളിൽ തിളക്കം. എല്ലാവരും അവളെ കാത്തിരിക്കുന്നതുപോലെ. ആകാംക്ഷയോടെ നന്ദകിഷോർ എഴുന്നേറ്റ് ചോദിച്ചു.

"ഇന്നും സമ്മാനം കൊണ്ടുവന്നില്ലേ?"

"ഉവ്വല്ലോ"

"ഓ, സമാധാനം"

"എന്നാടീ നിന്റെ പ്രസന്റേഷൻ?"

"അതൊന്നും പറയത്തില്ല"

കുട്ടികൾ സമ്മാനപ്പൊതി കാണാനുള്ള ആകാംക്ഷ നിറഞ്ഞ കണ്ണുകൾ വിടർത്തി. അവൾ ബാഗുതുറന്ന് പ്രസന്റേഷൻ പായ്ക്കറ്റെടുത്ത് സൂരജിന് കൊടുത്തു. അവനാണിപ്പോൾ ക്ലാസിലെ ലീഡറും ടോപ്റാങ്കിനുടമയും. റാങ്കിന്റെ മായാവിലാസത്തിൽ ക്ലാസ് മുറി നിറഞ്ഞിരിക്കയാണ് അവൻ. റാങ്കിന്റെ വലിച്ചപ്പെറുപ്പത്തിനനുസരിച്ചാണ് മിസ് എന്തു കാര്യവും പരിഗണിക്കുന്നതുതന്നെ. അവൾക്കതിനോടൊക്കെ ഒരുതരം വെറുപ്പ് തുടങ്ങിയിട്ട് നാളുകളായി. പക്ഷെ, ആരോടും അതൊന്നും പറഞ്ഞുകൂടാ. അതിനുള്ള സ്വാതന്ത്ര്യമൊന്നും ഒരു വിദ്യാർഥിക്കുമില്ല.

ക്ലാസിൽ വലിയ ബഹളം തന്നെയായിരുന്നു. ക്രിസ്മസ് ഫ്രണ്ടിന് കൊടുക്കുന്ന പ്രസന്റേഷന്റെ വിതരണവും അതുവാങ്ങിച്ച കടയുടെ വലിപ്പവും അലങ്കാര

ങ്ങളുമായിരുന്നു പങ്കുവച്ചത്.

സ്കൂൾ തുടങ്ങുന്നതിനുള്ള ആദ്യബെൽ മുഴങ്ങി. ക്ലാസ് മിസ് പതിവില്ലാതെ ചൂരൽവടിയുംകൊണ്ടാണ് വന്നിരിക്കുന്നത്. മേശയിൽ വടികൊണ്ട് ഒന്നു പൊട്ടിച്ചു. പൊടുന്നനെ ക്ലാസ് നിശ്ശബ്ദമായി. പ്രാർഥനയ്ക്കു ശേഷം ടെസ്റ്റ് പേപ്പറിന്റെ വിതരണം തുടങ്ങി. എല്ലാവരും ഇപ്രാവശ്യം പിന്നോട്ടു പോയത്രെ. റാങ്കിൽ വരാത്തവർക്കൊക്കെ പ്രഹരം കിട്ടുമെന്നുറപ്പായി.

ക്രിസ്മസ് ഫ്രണ്ടിനു സമ്മാനം കൊടുക്കുന്ന ദിവസം തന്നെ ഉത്തരക്കടലാസുമായി വരണ്ടായിരുന്നു. കുട്ടികൾ പിറുപിറുക്കാൻ തുടങ്ങി. അടിയും വേദനയും ആഘോഷത്തിന്റെ നിറം മങ്ങാനിടയാക്കില്ലേ! ആശങ്ക പടരുമ്പോൾ അറ്റൻഡൻസ് എടുത്തശേഷം ടീച്ചർ മേശക്ക് മുന്നിലേക്ക് വന്നുനിന്ന് പറഞ്ഞു.

“ഒരു കാര്യം ശ്രദ്ധവിട്ടുപോയതാണ്. അൽപം വൈകിയെങ്കിലും നമ്മുടെ സ്കൂളിലെ കുട്ടികൾ ക്രിസ്മസ് ഫ്രണ്ടിനുള്ള സമ്മാനം കൈമാറുന്ന ദിവസമാണിന്ന്. ടീച്ചേഴ്സെല്ലാം നേരത്തെതന്നെ സമ്മാനം കൈമാറിക്കഴിഞ്ഞു. നമ്മുടെ ക്ലാസിലെ സമ്മാനപായ്ക്കറ്റുകൾ പരസ്പരം കൈമാറാം. തുറന്നുനോക്കാം.

“ഓകെ”.

ക്ലാസിൽ ഹർഷാരവം നിറഞ്ഞു.

എല്ലാവരും സമ്മാനപ്പൊതി തുറന്നു. ഉത്സവത്തിമർപ്പു തന്നെയായി ക്ലാസ് മുറിയിൽ. ഒരു സമ്മാനത്തെക്കുറിച്ചുമാത്രം അഭിപ്രായവ്യത്യാസം ഉയർന്നു. മരംകൊണ്ടുള്ള വികൃതരൂപം എന്ന പേരും അവിടെ പരന്നു.

വളരെ മോശമായി. മറ്റുള്ളവർക്ക് കൊടുക്കുമ്പോൾ രക്ഷിതാക്കളെങ്കിലും ശ്രദ്ധിക്കേണ്ടതല്ലേ എന്നുവരെ പറഞ്ഞുതുടങ്ങി.

കടയിൽപോയി നൂറുരൂപയിൽ ഒതുങ്ങുന്ന എന്തെങ്കിലും പ്രസന്റേഷൻ വാങ്ങിയാൽ മതിയായിരുന്നു. വീട്ടിൽ ചെത്തിക്കൂർപ്പിച്ചുണ്ടാക്കിയ ശില്പങ്ങളൊക്കെ മറ്റുള്ളവരെ കളിയാക്കലാണെന്ന് ക്ലാസ് ലീഡറും പറഞ്ഞുപരത്തി. അവന്റെ അപ്പൻ ഫൈവ് ഹൺഡ്രഡിന്റെ കളിപ്പാട്ടമാണത്രെ വാങ്ങിയിരിക്കുന്നത്. കുട്ടികളൊക്കെ തങ്ങളുടെ സമ്മാനപ്പൊതിയിൽ സന്തോഷം പങ്കുവച്ചു. ചിലർ ആരോടും ഒന്നും മിണ്ടാതെ മാറിനിന്നു. ക്ലാസ്മുറിയുടെ വാതിലിന് പിറകെ ആരും കാണാത്ത ഭാഗത്തായിരുന്നു അവൾ നിന്നത്.

ഓരോ പിരിയേഡ് കഴിഞ്ഞപ്പോഴും കുട്ടികൾ തമ്മിൽ അടുപ്പത്തേക്കാൾ കൂടുതൽ അകലുകയാണ് ചെയ്തത്. പിരിയേഡ് ബെല്ലുകൾ പതിവുപോലെ മുഴങ്ങി. അധ്യാപകർ മാറിമാറി വന്നു. വന്നവരൊക്കെ ക്രിസ്മസ് സമ്മാനം ആഘോഷമാക്കി ക്ലാസിൽ അവതരിപ്പിക്കുമ്പോൾ അവൾ തനിച്ചായിരുന്നു. അവരുടെ വാക്കുകളൊന്നും അവളിലെത്തിയില്ല.

വൈകുന്നേരം വരെ ഒരാളും അവളെ കളിക്കാൻ കൂട്ടിയില്ല. ഉച്ചഭക്ഷണം കഴിക്കുമ്പോൾ ഒന്നിച്ചിരിക്കാറുള്ള രമ്യയും വന്നില്ല. സന്ധ്യമോൾ ക്ലാസിനെ മുഴുക്കെ അപമാനിച്ചതുപോലെയാണ് ഓരോ കുട്ടികളുടെയും പെരുമാറ്റം. ഇതൊക്കെ ഹെഡ്മിസ്ട്രസിനോട് പറഞ്ഞാലോന്ന് പലവട്ടം ആലോചിച്ചു. സാധിച്ചില്ല. അവൾക്കതിനുള്ള ധൈര്യം ഉണ്ടായിരുന്നില്ല. അതിനെന്നല്ല ഒന്നിനും. അവൾക്കെല്ലാവരെയും പേടിയാണ്. മറ്റു കൂട്ടുകാരോടൊപ്പം ഒന്നിനും എത്താൻ കഴിയാത്തതിന്റെ സങ്കടങ്ങളാണ്. കൂട്ടമണി മുഴങ്ങി.

ഒരു പകൽകൂടി പിന്നിട്ടു. ക്ഷീണിച്ച മുഖങ്ങളുമായി കുട്ടികൾ പുറത്തിറങ്ങി. അവൾക്ക് ബാബു കൊടുത്ത

സമ്മാനം ബാഗിൽ ഒതുക്കിവെക്കാൻ പറ്റിയില്ല. അത് മേശപ്പുറത്തുവെച്ച് നിലത്തുവീണ പുസ്തകമെടുക്കാൻ കുനിഞ്ഞപ്പോഴാണ് പിൻബെഞ്ചിൽ യേശുവിന്റെ തല കണ്ടത്. നിറഞ്ഞുതുളുമ്പിയ കണ്ണുകളൊപ്പി അവൾ അതിനെ പതുക്കെ എടുത്തു. മറ്റൊരു കഷണം ജനാല ക്കരികിലും. അവൾ കൊടുത്ത മരത്തിൽ കൊത്തിയ ശില്പം ഓരോ കഷണങ്ങളായി ചിതറിക്കിടക്കുന്നു. "എന്റെ കർത്താവേ..." ഇടറിയ ശബ്ദം പുറത്തുവന്നി ല്ല. ഓരോ കഷണങ്ങളും പെറുക്കി അവൾ കൂട്ടിയോജി പ്പിച്ചു. ശരിയാവുന്നില്ല. ഇനിയും കിട്ടാനുള്ളത് വലതു കാലാണ്. ശില്പം കൂട്ടിയോജിപ്പിക്കുമ്പോൾ വർഗീസ ച്ചായൻ വന്നു.

"മോളു പോയില്ല്യോ"

"ഇല്ല"

"ഈ പൊതി ആരുടേതാ, വില പിടിപ്പുള്ളതാണല്ലോ"

"എന്റേതല്ല"

അവൾ യേശുവിന്റെ ക്രൂശിതരൂപത്തെ ചേർത്തുപി ടിച്ചു പറഞ്ഞു.

"ഇത് എന്റേതാ"

"ഓ"

അവൾ ശില്പത്തിന്റെ കിട്ടിയ ഭാഗങ്ങൾ ചേർത്തു വെച്ച് കടലാസിൽപ്പൊതിഞ്ഞ് ഭദ്രമായി ബാഗിൽവച്ചു. അവൾ പുറത്തേക്കിറങ്ങി. നിരനിരയായി നിൽക്കുന്ന ബദാംമരങ്ങൾക്ക് മുകളിൽ കിളികളുടെ ആരവം. നിറയെ പൂത്തുനിൽക്കുന്ന ചെടികൾ. വിവിധ വർണങ്ങളിൽ പാറി പ്പറക്കുന്ന ശലഭങ്ങൾ. ആകാശത്ത് ഇരുണ്ടുകൂടുന്ന കാർമേഘത്തിനപ്പുറം സ്വർണവർണത്തിളക്കം അവളെ അത്ഭുതപ്പെടുത്തി. അത് ഒരു പൊട്ടുപോലെ തെളിഞ്ഞു വന്നു. പതുക്കെപ്പതുക്കെ ബദാംമരങ്ങളുടെ ചുവട്ടിലേക്ക്

പരിവേഷമായി വെളിച്ചം രൂപാന്തരപ്പെട്ടു.

മരങ്ങൾക്ക് ചുവട്ടിൽ നിറയെ കുട്ടികളാണ്. നിറങ്ങളും പൂക്കളും ശലഭങ്ങളും അവൾ അമ്പരപ്പോടെ നോക്കി.

മതിലുകളെല്ലാം തകർന്ന് നിലംപൊത്തി. അവിടെയൊക്കെ പൂച്ചെടികളും മുക്കുറ്റിയും കോളാമ്പിപ്പൂവും നിറഞ്ഞു. എല്ലാ കുട്ടികളും ചരാചരങ്ങളും ആർത്തുല്ലസിക്കുന്നു. ആരവങ്ങളുടെ നടുവിലേക്ക് ആകാശത്തു നിന്ന് സ്വർണവർണം ഭൂമിയിലെത്തി. വെളിച്ചത്തിനൊപ്പം പ്രത്യക്ഷപ്പെട്ട വെളുത്ത നക്ഷത്രക്കുഞ്ഞ് കുട്ടികളോടൊപ്പം കളിക്കുന്നു. തിരമാലകൾപോലെ, കുത്തനെയൊഴുകുന്ന കാട്ടാറിന്റെ പൊട്ടിച്ചിരിപോലെ കുട്ടികൾക്കൊപ്പം ആർപ്പുവിളികൾ മുഴങ്ങി.

"അതാ നമ്മുടെ സന്ധ്യമോൾ"

ആരോ വിളിച്ചു പറഞ്ഞു. വെളുത്ത കുഞ്ഞിക്കൈകൾ അവളെ മാടിവിളിച്ചു. അവർ മരച്ചുവട്ടിലേക്ക്, പൂക്കൾ നിറഞ്ഞ ഉദ്യാനത്തിലേക്ക് അവളുടെ കൈപിടിച്ചു.

സ്കൂളും പരിസരവും വിട്ട് ഏതോ ദേശത്തെത്തിയതുപോലെ വസന്തകാലത്തിലെ സ്നേഹപ്രകടനങ്ങളുമായി പ്രകൃതി മടിയിലിരുത്തി താലോലിക്കുന്നു. അവൾ എല്ലാം മറന്ന് പൊട്ടിച്ചിരിച്ചു. നക്ഷത്രക്കുഞ്ഞ് അവളുടെ നെറുകയിൽ ഉമ്മവച്ച് ആകാശത്തിന്റെ അതിരുകളിലെ ചിത്രങ്ങൾ കാണിച്ചു. ഹായ് എന്തുരസമുള്ള ചിത്രങ്ങൾ! ചിത്രങ്ങളിൽനിന്ന് കണ്ണെടുക്കാതെ അവൾ പറഞ്ഞു.

"നോക്ക് എന്റെ ശില്പത്തിന്റെ എല്ലാ ഭാഗങ്ങളും മുറിച്ചുവേർപെടുത്തി, അതൊന്നു ശരിയാക്കിത്തരുമോ?"

"അതിനൊന്നും പറ്റിയില്ലല്ലോ". നക്ഷത്രക്കുഞ്ഞ് പറഞ്ഞു.

അവൾ തിടുക്കത്തിൽ ബാഗ് തുറന്ന് യേശുവിന്റെ ക്രൂശിതരൂപം പുറത്തെടുത്തു.

ശില്പത്തിന് ഒരു കോട്ടവും പറ്റിയിട്ടില്ല. അവൾ ശില്പത്തിന്റെ ഓരോ ഭാഗവും നിരീക്ഷിച്ചു. ഒന്നുകൂടി ഭംഗി കൂടിയിരിക്കുന്നു, അവൾ അത് കൂട്ടുകാർക്കെല്ലാം കാണിച്ച് നിറഞ്ഞ സ്നേഹത്തോടെ നക്ഷത്രക്കുഞ്ഞിന്റെ മടിയിൽ വച്ചുകൊടുത്തിട്ട് പറഞ്ഞു.

ഇവിടെ നമുക്കൊരുമിച്ചു കളിക്കാം. ഞാനിനി എങ്ങോട്ടും പോകുന്നില്ല.